# બ્રેકિંગ ન્યૂઝ

(પૉલિટિકલ મર્ડર મિસ્ટ્રી)



પ્રફુલ શાહ

મુખ્ય પ્રાપ્તિસ્થાન

**નવભારત સાહિત્ય મંદિર**

જૈન દેરાસર પાસે, ગાંધી રોડ, અમદાવાદ - ૩૮૦ ૦૦૧

૨૦૨, પેલિકન હાઉસ, ગુજરાત ચેમ્બર ઑફ કૉમર્સના કંપાઉન્ડમાં,

આશ્રમરોડ, અમદાવાદ - ૩૮૦ ૦૦૯

☎ (૦૭૯) ૨૨૧૩૯૨૫૩, ૨૨૧૩૨૯૨૧

૯૮૨૫૦ ૩૨૩૪૦

e-mail : info@navbharatonline.com

www.navbharatonline.com

fb.com/NavbharatSahityaMandir

BREAKING NEWS
Novel
by Praful Shah
Navbharat Sahitya Mandir
AHMDEDABAD
2021

ISBN No. : 978-93-86669-16-2



**પ્રથમ આવૃત્તિ:** ફેબ્રુઆરી, ૨૦૨૧

**પૃષ્ઠ:** ૧૧૨

**પ્રકાશક**
મહેન્દ્ર પી. શાહ
**નવભારત સાહિત્ય મંદિર**
જૈન દેરાસર પાસે, ગાંધી રોડ, અમદાવાદ-૩૮૦૦૦૧
ફોન: (૦૭૯) ૨૨૧૩૯૨૫૩, ૨૨૧૩૨૯૨૧
E-mail : info@navbharatonline.com
Web : www.navbharatonline.com
fb.com/NavbharatSahityaMandir

## અર્પણ

**અરવિંદ ઠક્કર**

ખરેખર મૂઠી ઊંચેરા નાટ્યકાર

પ્રસ્તાવના

# નિયતિ, સર્જનપ્રક્રિયા અને પ્રતીક્ષા

લગભગ ૨૨ વર્ષથી આ નવલકથાનું કથા-બીજ પોતાનો સમય આવવાની પ્રતીક્ષામાં ટીવીની ટ્રોલીના ખાનામાં કુંભકર્ણના દૂરના કઝિનની જેમ પડ્યું હતું.

કોવિડ-૧૯એ માથે મારેલા લૉકડાઉનમાં સંખ્યાબંધ વેબ સિરીઝ અને ફિલ્મો જોવા સાથે કંઈ નવું લખવા માટે વિચારતો હતો. મન ફિક્શન ફિક્શનની જીદે ચડ્યું હતું.

આનું કારણ હતું સતત લખેલી ત્રણ ડૉક્યુ નૉવેલ. 'દશ્યમ-અદશ્યમ'ને 'મુંબઈ સમાચાર'માં દૈનિક ધારાવાહિક તરીકે મળેલી ધૂમ સફળતાનું પુનરાવર્તન ગુજરાતી અને મરાઠી પુસ્તકમાં થયું, એવો જ ઉમળકાભેર સત્કાર 'ફાધર્સ ડે'ના નામે હિંદી અને અંગ્રેજીમાં મળ્યો. હવે એના પરથી બનનારી ફિલ્મને મળનારા પ્રતિસાદ અંગે બેસબરી છે. ત્યાર બાદ 'અગ્નિજા'. અને 'લાઇફ IMપૉસિબલ' જેવી ડોક્યુ નૉવેલ ગુજરાતી, અંગ્રેજી અને હિંદી બાદ હવે મરાઠીમાં આવે છે. ૨૦૧૯ના ઑગસ્ટમાં આવેલી બે વેબ ફિલ્મ 'બારોટ હાઉસ' અને 'પોષમ પા' (મારા માત્ર કૉન્સેપ્ટ અને રિસર્ચ જ, હોં) વાસ્તવિક જીવન અને સાચુકલા પાત્ર પર આધારિત હતી.

કંઈક ફિક્શન લખવાની તાલાવેલીમાંથી જન્મ થયો 'દાદલો'નો, જેને ફરી 'મુંબઈ સમાચાર'ના વાચકરાજાએ રીતસર માથા પર બેસાડી. આનાથી પોરસાઈને મન કી બાત માની. અને ફિક્શન લખવાના ઉત્સાહ વચ્ચે જૂના પેપર્સમાંથી 'બ્રેકિંગ ન્યૂઝ'નું મૂળ સંસ્કરણ હાથ લાગ્યું. એ વખતે વાર્તા હિંદીમાં 'સુરાગ'ને નામે લખાઈ હતી. વરસો જૂના મિત્ર જિતુભાઈ પારેખના કહેવાથી ટીવી ચૅનલના એક પોપ્યુલર ક્રાઇમ શોના સાઉન્ડ રેકૉર્ડિસ્ટ અનુપ મિશ્રાને 'સુરાગ'ની નકલ આપી હતી. એની ઝેરોક્સ પર હજીય વંચાય છેઃ 'અનુપ ૧૦-૫-૯૮.' પત્રકારત્વની વ્યસ્તતા, સ્વભાવ અને જીવનની મસ્તી મેં વચ્ચે મેં ન પૃચ્છા કરી કે ન ત્યાંથી

કોઈ રિસ્પોન્સ આવ્યો. ત્યાર બાદ હવે ટોચના ફિલ્મનિર્માતા બની ચૂકેલા મિત્ર જયંતીલાલ ગડા (નિર્માણગૃહ, 'પેન'ના મૅનેજિંગ ડિરેક્ટર)ની ટીવી ચૅનલ 'ઓરો-પેન' માટે અનંગ દેસાઈ અને અરવિંદ વેકરિયાને ચમકાવતી ડિટેક્ટિવ સિરિયલ 'અજય' માટે મારી આ વાર્તા દિગ્દર્શક-મિત્ર સ્વ. સોમેન્દ્ર બત્રા (મહાન ફિલ્મકાર મૃણાલ સેનના સહાયક અને એમની 'ખંડહર'ના સંવાદ-લેખક. વધુ એક રસપ્રદ વિશિષ્ટતા: દેવ આનંદે જીવનની એકમાત્ર એડવર્ટાઇઝમૅન્ટ ફિલ્મ માત્ર સોમેન્દ્રજી સાથે કરી હતી)એ પસંદ કરી હતી, પણ ન એ ચૅનલ આવી કે ન સિરિયલ બની.

ખેર, વ્યક્તિની જેમ કૃતિની પણ નિયતિ હોતી હશે. 'સુરાગ' પરથી બનાવેલી પટકથાના સંક્ષિપ્ત સીનનાં ૨૭ પાનાં વાંચ્યા બાદ બેસી ગયો એનું નવસર્જન કરવા. માતાનું નવું પાત્ર ઉમેર્યું. સમયોચિત ફેરફાર અને વિસ્તરણ કર્યું. નિયતિ હોવાનો પડઘો 'બ્રેકિંગ ન્યૂઝ'ના મહત્ત્વના પાત્રમાંય સંભળાય છે. વરસોના અનુભવ બાદ પીઢ નેતા રાજાભાઉ બર્વેને લાગે છે કે હવે કંઈક મેળવવાનો પોતાનો સમય આવી ગયો છે, તો યુવાન વિનોદને એ 'કંઈક' પર પોતાનો જન્મસિદ્ધ હક લાગે છે અને એક માતાને એ 'કંઈક'માં લેશમાંત્ર રસ નહોતો. પણ થયું નિયતિની ઇચ્છા મુજબ જ.

ભારતમાં પૉલિટિકલ મર્ડર મિસ્ટરી ખૂબ ઓછી લખાઈ છે, ત્યારે ગુજરાતીમાં તો ચર્ચા કરવાનો સવાલ જ નથી. આ નવલકથામાં નિરૂપાયું છે એવું સદ્‌ભાગ્યે હજી આપણે ત્યાં થતું નથી, પણ સમાજના સતત અધઃપતન અને સત્તાની જીવલેણ લાલસા વચ્ચે આવું ન થાય તો જ નવાઈ. આ કૃતિ ભયંકર ભવિષ્યનો અણસાર ન બને તો વિશેષ આનંદ થશે.

'બ્રેકિંગ ન્યૂઝ'નું પ્રથમ અવતરણ થયું કિન્ડલ પર. ઉત્સાહવર્ધક આવકાર મળ્યો. મિત્ર અને જાણીતી અભિનેત્રી-દિગ્દર્શિકા ગોપી દેસાઈને ગમી. કેટલી? એ વાંચજો એમના જ શબ્દોમાં. આ પૉલિટિકલ મર્ડર મિસ્ટ્રી અર્પણ કરવા માટે ગુજરાતી રંગભૂમિના આલ્ફ્રેડ હિચકોક ગણાતા નાટ્યકાર સ્વ. અરવિંદ ઠક્કરથી રુડું નામ કોનું મળે? મેં લખેલાં પહેલાં નાટક 'અજબ ગજબ કસબ'ના દિગ્દર્શક અરવિંદભાઈ. એ એમના જીવનનું આખરી નાટક. ફાંસી પર લટકાવવા અગાઉ ખૂંખાર પાકિસ્તાની આતંકવાદી અજમલ કસબને જેલમાંથી ભગાડવાનો કારસો એટલે આ નાટક. ગોપી દેસાઈ પાસે ય અરવિંદભાઈના ચારેક નાટકમાં અભિનય કર્યાનો અનુભવ અને અંગત લાગણીઓનું ભાથું. આ અર્પણવાળા આઇડિયાને ઉમળકાથી વધાવીને ફટાફટ છતાં ખૂબ પ્રેમથી તેમણે થોડું લખી આપ્યું. આભાર માનીશ તો એમને નહીં ગમે.

છતાં કંઈક ખૂટતું લાગ્યું. અરવિંદ ઠક્કરના પ્રદાન પર થોડું આપવાનો વિચાર આવ્યો. ચાર દાયકાના ખાસ મિત્ર, પીઢ પત્રકાર, છેક સુધી અરવિંદભાઈને સાથ આપનારા અને એમના હાથ નીચે ઘડાનારા વિનીત શુક્લથી બહેતર વ્યક્તિ આ કામ માટે હોય જ નહીં. આ માણસ પાસે લગાવવું થોડુંક મુશ્કેલ, પણ અરવિંદ ઠક્કર અને પ્રફુલ શાહના નામ હોવાથી એ શક્ય બન્યું. લવ યુ વિનીતભાઈ.

'બ્રેકિંગ ન્યૂઝ'નું નસીબ જોર કરતું હતું એટલે જ લૉકડાઉનની મંદી વચ્ચે ય અમદાવાદના નવભારત સાહિત્ય મંદિરના રોનકભાઈ શાહે 'બ્રેકિંગ ન્યૂઝ' સાથે 'દાદલો' અને 'ગૉલ્ડફિશ' પ્રગટ કરવાની ઇચ્છા સામેથી વ્યક્ત કરી. આ પ્રેમ અને વિશ્વાસે લૉકડાઉન સામે વધુ જોશપૂર્વક બાખડવાનું જોમ આપ્યું.

અને હા, મારી લેખનકળાને પ્રોત્સાહન આપનારા 'મુંબઈ સમાચાર'ના તંત્રી-મિત્ર નીલેશ દવેનો ઉલ્લેખ કેમ ચુકાય?

વાચકોને પ્રકરણની શરૂઆત ટીવીના 'બ્રેકિંગ ન્યૂઝ'થી અને અંત સિનિયર પૉલિટિકલ જર્નાલિસ્ટની ડાયરીના અંશથી કરવાનો પ્રયોગ ગમશે એવી આશા!

શેષ વાચક પર છોડી દઈએ, જે 'બ્રેકિંગ ન્યૂઝ'ના નિયતિ નિર્માતા છે. હા, આપ સૌ સ્વસ્થ અને સલામત રહો એવી અભ્યર્થના.

અસ્તુ.

**પ્રફુલ શાહ**

Email: prafulshah1@gmail.com

Mob. +91 9869600200

## દિલચસ્પ ને એકદમ હટ કે

'બ્રેકિંગ ન્યૂઝ' એ ગુજરાતી પાથ બ્રેકિંગ (હટ કે અથવા ...હા, પરંપરાભંજક) નવલકથા છે. શ્રી પ્રફુલ શાહ લિખિત આ નવલકથા સાંપ્રત પૉલિટિકલ મર્ડર મિસ્ટ્રી છે. ગુજરાતી લેખકો સામાન્ય રીતે વાર્તા-નવલકથામાં રાજકારણને આવરી લેતાં વિષયો ઉપર લખવાથી અળગા રહ્યા છે. પ્રફુલભાઈની આ નવલકથા રાજકારણની સચ્ચાઈ અને આંટીઘૂંટીને બેબાક રીતે રજૂ કરે છે. એમાં વર્તમાનની હકીકત અને પ્રવર્તમાન પરિસ્થિતિનું વાસ્તવિક ચિત્રણ છે.

છેલ્લે '૮૦ના દાયકાની મધ્યમાં શ્રી. રઘુવીર ચૌધરી લિખિત 'મનોરથ' નામની રાજકારણનું આલેખન કરતી નવલકથા વાંચ્યાનું યાદ છે.

'બ્રેકિંગ ન્યૂઝ' ઊંડી સમજ, સૂક્ષ્મદૃષ્ટિ, જડ થઈ ગયેલી અને જડ જેવી બની ગયેલી વાંકીચૂકી રાજકીય રમતોના કોયડાને પર્દાફાશ કરે છે. બેક ડ્રોપ મહારાષ્ટ્રનો છે—પાત્રો, ચરિત્રોની બેક સ્ટોરી અગત્યનો અને મહત્ત્વનો ભાગ ભજવે છે, નવલકથાને રસપ્રદ બનાવે છે. ક્વીન મા અને નારાયણનનાં પાત્રો અમિટ છાપ છોડી જાય છે. પાત્રો, ઘટનાઓ કથાને સરળ રીતે વહેતી રાખે છે... વાર્તા-વસ્તુ, કથા-તત્ત્વ વાચકને જકડી રાખે છે ઇન્તેજારી સાથે કે હવે થશે શું? વ્હૉટ નેકસ્ટ?

મીડિયા, પોલીસ, નેતાઓ, રાજકારણીઓ, ઉદ્યોગપતિઓ, મોટાં માથાના વ્યાપારીઓ, સત્તાની લાલસા અને સત્તાનો મદાર, સત્તાની ભૂખ અને સત્તા નશો, પત્તાંની બાજીની જેમ એક એક પત્તું ઊતરાતું જાય છે ...ઘટનાક્રમ મજબૂત થતો જાય છે.

જનતા શ્રદ્ધા અને વિશ્વાસ સાથે લોકશાહીમાં નેતા પસંદ કરી, મત આપી ને ચૂંટે છે, પણ સત્તાના દલાલો શતરંજની બાજી રમતાં હોય એમ ચાલ ચાલીને પોતાનું ધાર્યું કરે છે અને જનતા અજાણ, અંધારામાં, એકદમ વંચિત રહી જાય છે.

'બ્રેકિંગ ન્યૂઝ' સંબંધો, આંતરિક સંબંધોનાં તાણાવાણાના મણકા પરોવીને બનેલી માળા છે અને એક પછી એક મણકો હાથથી સરકતો જાય છે. લાગણીના દોરામાં પરોવાયેલા આ મણકા, વાચકની લાગણીઓને સ્પર્શી-હચમચાવી નાખ્યાં પછી અંત સુધી વિચારતા કરી મૂકે છે કે સહાનુભૂતિ કયા પાત્ર સાથે? કારણ દરેક પાત્ર રંગાયું છે નૅગેટિવ કે ગ્રે શેડથી.

'બ્રેકિંગ ન્યૂઝ' માટે પ્રફુલભાઈને પહેલી સલામ.

...અને બીજી સલામ પુસ્તક અર્પણ કરવા માટેની વ્યક્તિની પસંદગી બદલ: અરવિંદ ઠક્કર. આ મુઠ્ઠી ઊંચેરા નાટ્યકારની પૂરતી નોંધ લેવાઈ નથી, ત્યારે આ અર્પણ સાચું અને પ્રશંસનીય તર્પણ છે.

દોસ્તો, એક ફિલ્મમેકર—દિગ્દર્શક તરીકે કાલ્પનિક અને વાસ્તવિક/દસ્તાવેજી બંને પ્રકારની ફિલ્મોમાં મેં ઘણું કામ કર્યું છે, પણ ઘણી વાર વાસ્તવિક/દસ્તાવેજી ફિલ્મો કરતી વખતે, વાસ્તિવકતા, સત્યઘટના, અને વ્યક્તિઓ સાથે પ્રત્યક્ષ મળવાનું થાય અને કૅમેરાના લૅન્સમાં એ કંડારી લેવાનું કામ કરતાં ઘણી વખત ભાવના અને લાગણીઓ હચમચી ગઈ છે. સીધું માનસિક સમતુલા હલાવી દે તેવા પ્રસંગો બન્યા છે. ફિલ્મમેકર તરીકે મોટી ચુનૌતી-પડકારનો સામનો કરવો પડે કે ફિલ્મ મહત્ત્વની કે કૅમેરાના લૅન્સની સામેના વ્યક્તિની નીજી જિંદગી, એનું અંગત જીવન મહત્ત્વનું? એવા ઘણા અનુભવોએ મારા મનમાં કાયમી ઊંડી છાપ છોડી છે. પણ માણસાઈ અને માનવતાનું પલડું જ ઉપર રહે એ રીતે કૅમેરામાં એ ઘડી, એ પળમાં શું કંડારવું એ જ મહત્ત્વનું હોય. વાત માનવી અઘરી છે, પણ ખરેખર વાસ્તવિકતા ફિલ્મો કરતાં વધારે ગૂઢ અને વિષમ છે.

સાલ હતી ૨૦૦૨. હું એક નૉન-ફિકશન ફિલ્મ માટે ગોરજ મુનિ સેવા આશ્રમ, વડોદરા શૂટિંગ કરવા માટે યુનિટ સાથે હતી. અમે બધાં મુંબઈથી જઈને ત્યાં જ આશ્રમમાં જ રોકાયેલાં. શૂટિંગના બીજે દિવસે, અમે આશ્રમના વિશાળ ભોજનખંડમાં એક લાંબો ટ્રેક તૈયાર કરી ગોઠવેલો હતો ટ્રોલી શૉટ માટે. આશ્રમમાં ઘરડાઘરમાં રહેનારા તથા સારવાર માટે આવેલા લોકો અહીંયા સાથે જમવા આવતાં; ભોજનશાળામાં મોટા ટેબલ-ખુરશી ગોઠવેલાં હતાં. ધીમે-ધીમે બધા વૃદ્ધ આવવાં લાગ્યાં. એક વાર બધાં બેસી ગયા પછી એ લોકોએ પ્રાર્થના ગાવાનું ચાલુ કર્યું. હું કૅમેરાની પાછળ ઊભી હતી અને તરત જ મેં સાઉન્ડ રોલ માટે ઇશારો કરી ડી.ઓ.પી.ના ખભે ટપલી મારી શોટ લેવાનું કહ્યું. કૅમેરા ટ્રોલી ઉપર જમણેથી ડાબે ધીરે-ધીરે સરકતો ગયો, હું કૅમેરાની પાછળ ચાલતી હતી અને બધા ચહેરાને જોઈ રહી હતી અને અચાનક એક જાણીતો ચહેરો

દેખાયો...હું સ્તબ્ધ થઈ ગઈ... એ ચહેરો મારા દિગ્દર્શક અરવિંદ ઠક્કરનો! કૅમેરો ટ્રોલી પર આગળ વધી ગયો, પણ હું ત્યાં ને ત્યાં ઊભી રહી ગઈ. અરવિંદભાઈને જોતી રહી, અને એ એકદમ સાલસ અને શાંત... જમવામાં વ્યસ્ત... મારે એમને બૂમ પાડીને બોલાવવા હતા, પણ હું અટકી ગઈ. શૉટ સરસ રહ્યો. અમે બે-ચાર બીજા શૉટ પણ લીધા. અરવિંદભાઈએ મને જોઈ, અમારી નજર મળી હૂંફાળા સ્મિતની આપ-લે થઈ...

જમવાનું પત્યું અને હું એમને જઈને વળગી પડી... અમારા બંનેની આંખો ભીંજાઈ ગઈ. હું યુનિટને આરામ કરવાની સૂચના આપીને તેમની સાથે એમના રૂમમાં ગઈ અને અમે બંનેએ આખી બપોર વાતોમાં વિતાવી. મેં એમણે નિર્દેશિત ત્રણ-ચાર નાટકમાં નાયિકા તરીકે કામ કરેલું છે. નાટક અને મંચ-કલાના એક ખૂબ પ્રતિભાશાળી અને નિષ્ણાત નિર્દેશક સાથેની મારી આ છેલ્લી મુલાકાત હતી. મારા મતે તો ફિલ્મો માટે જેમ ઋત્વિક ઘટક તેવા ગુજરાતી નાટ્યજગત માટે અરવિંદ ઠક્કર. બંનેની અંગત જિંદગીમાં ઘણી સરખામણી હતી, સમાનતા હતી... કદાચ પ્રતિભાશાળી-જિનિયસ વ્યક્તિની આ જ ઓળખાણ હશે... એ લોકો આમ જ જીવતા હશે... તેઓ તેમનાં અદ્‌ભુત કામ દ્વારા અમર રહે છે.

સલામ અરવિંદભાઈ! થૅન્ક યુ પ્રફુલભાઈ.

**ગોપી દેસાઈ**

(સિનિયર અભિનેત્રી અને નિર્દેશક)

## અરવિંદ ઠક્કર : ગુર્જર રંગભૂમિનું એક કમળ

અભિનેતા, કસબીઓ, શુભેચ્છકોની હાજરીમાં નાટકના આરંભપૂર્વે પ્રાર્થના થાય છે. સૌ દિગ્દર્શકને પગે લાગે છે. તેઓ સૌને તથા સૌ એકમેકને 'બેસ્ટ લક' કહે છે. લાઇટ, સેટ, મ્યુઝિકના ઑપરેટરોને દિગ્દર્શક આખરી સૂચના આપે છે. એમના મોં પર આછી વ્યગ્રતાભરી ઉત્તેજના છે. લાંબા અંતરાલ પછી આ અનુભવસિદ્ધ અને તેજસ્વી દિગ્દર્શકના નાટકનો આ પ્રથમ પ્રયોગ છે. હૃદયમાં ઊઠતા ઝંઝાવાતની એક આછીશી ઝલક એમના ચહેરા પર છે. પોતપોતાને સોંપાયેલી જવાબદારી અનુસાર સૌ કોઈ આખરી દોડધામ-સજાવટ કરી રહ્યા છે. દિગ્દર્શકની નજર એ સૌ પર ફરી રહી છે, પરંતુ એમની દૃષ્ટિ કોઈક અતલ ઊંડાણને તાગી રહી છે. ત્રીજી ઘંટડી વાગે છે. મંચ પર અને નાટ્યગૃહમાંથી પ્રકાશ હોલવાય છે....

આ દિગ્દર્શક તે આધુનિક ગુજરાતી રંગભૂમિના ઉત્તમ દિગ્દર્શકોમાંના એક અરવિંદ ઠક્કર. જે નાટકના પ્રથમ પ્રયોગની વાત થઈ એ નાટક 'અજબ ગજબ કસબ.' એના લેખક તે વરિષ્ઠ પત્રકાર-લેખક અને અંતરંગ મિત્ર પ્રફુલ શાહ. સફળ અને ઉત્તમ નાટકો આપનારા દિગ્દર્શક અરવિંદ ઠક્કરના જીવનના અંતિમ નાટકના લેખક પ્રફુલ શાહ પોતાની નવી નવલકથા આ વહાલા દિગ્દર્શકને અર્પણ કરતા હોય ત્યારે એમની મહત્તમ-સર્જનાત્મકતાની બે-ચાર વાતો મમળાવતાં મનમાં, નામ ન પાડી શકાય એવી, ઝણઝણાટી થાય છે.

આધુનિક ગુજરાતી રંગભૂમિનો સર્વસ્વીકૃત સુવર્ણકાળ ૧૯૬૧થી ૧૯૯૧ સુધીનો. એ દરમિયાન રંગભૂમિના રંગરૂપ અને ગુણપ્રભાવનો ચોટદાર અને ચિત્તાકર્ષક ચેતોવિસ્તાર સધાયો. નાટકનાં તમામ પાસાંમાં પ્રયોગ અને સર્જકતા થકી અનેક ચમત્કાર થયા. એ સિદ્ધ કરનારા દિગ્દર્શકોમાંના એક તે અરવિંદ ઠક્કર. સાથે યાદ કરવા જ પડે પ્રવીણ જોષી, કાન્તિ મડિયા, શૈલેષ દવે.

સમયની સાથે પણ હોવું અને પોતાના સમયથી આગળ પણ હોવું એ, દરેક મોટા ગજાના કળાકારનું, મહત્ત્વનું લક્ષણ આ દિગ્દર્શકોમાં ભારોભાર હતું. પોતપોતાની લાક્ષણિકતાઓથી આ દિગ્દર્શકોએ નાટ્યરસિયાઓને ન્યાલ કર્યા.

અરવિંદ ઠક્કર ઓળખાયા તો રહસ્ય નાટકોના બેતાજ બાદશાહ તરીકે, પરંતુ સામાજિક અને રમૂજપ્રધાન નાટકોમાં પણ એમણે ઊંચાં નિશાન વીંધ્યાં. રહસ્ય નાટકો '૧૯મી જાન્યુઆરીની મધરાતે' તથા 'હલ્લો ઇન્સ્પેક્ટર' જોતાં પ્રેક્ષકો કંપી ઊઠતા, દિગ્મૂઢ થઈ જતા. ઉત્તેજના-ઉત્કંઠાના ચરમબિંદુ પર એમની ગજબ પકડ રહેતી. સંનિવેશ, પ્રકાશ યોજના, સંગીત, અભિનય અને દશ્યરચના થકી તેઓ કથાનકના રહસ્યની જનોઈવઢ ધાર કાઢતા. પ્રેક્ષકોને કૃત્રિમતા કે છેતરાયાનો અનુભવ ક્યારેય ન થતો.

'રંગરસિયા હવે આટલેથી છટકો' જેવાં રમૂજપ્રધાન નાટકોમાં તેઓ મબલક મોજ કરાવતા. શબ્દો, ઉચ્ચાર, લહેકા, ટાઇમિંગ, વસ્ત્રો, પાત્રોની ઝડપ, આવનજાવન તથા સંનિવેશ-પ્રકાશની મનમોહક ગૂંથણી થતી. આ બધાંનું સંયોજન પાછું એવું કે દ્વિઅર્થી સંવાદ કે ઇશારો પણ આઘાતજનક ન લાગે.

અરવિંદ ઠક્કર અને મિત્રોએ સ્થાપેલી સંસ્થા 'અંતરંગ'નાં નાટકો 'મહાસાગર' અને 'શૉર્ટકટ', ઇન્ડિયન નૅશનલ થિયેટર (આઇ.એન.ટી.) સર્જિત 'વૈરી' તથા અન્ય નાટ્યસંસ્થાનું 'ઝેરી ડંખ વાસનાનો' અરવિંદભાઈ દિગ્દર્શિત સામાજિક નાટકો હતાં. કથાનકનો પ્રકાર ગમે તે હોય, મહત્ત્વ એને અનુરૂપ સોંસરી માવજતનું છે, એ આ નાટકોથી ફલિત થયું. એ સાથે જ અરવિંદભાઈની દિગ્દર્શક તરીકેની સજ્જતા-સર્જકતા નાટકના કોઈ એક પ્રકારની મોહતાજ નથી એપણ સુપેરે સ્પષ્ટ થયું. નાટ્યસર્જક તરીકેની અરવિંદભાઈની કલ્પનાશીલતા નિર્વિવાદપણે શિખરસ્થ હતી. ટોચના મરાઠી નાટ્યકાર જયવંત દળવીના સુવિખ્યાત નાટક 'મહાસાગર'નું ગુજરાતી રૂપાંતર અગ્રણી દિગ્દર્શક કાન્તિ મડિયાએ કરેલું. આમ છતાં એના રિહર્સલના દિવસોમાં અરવિંદભાઈ આગામી દશ્યોનું ડિક્ટેશન રૂપે પુનર્લેખન કરાવતા. એમાં વિચારો, શબ્દો, વાક્યો, પ્રસંગો, દશ્યો તળેઉપર થઈ જતાં અને એ રાતે દોઢ-બે સુધી ચાલતું. એમાંથી એમની આગવી સૂઝ અને નિસબત ખૂલીને-ખીલીને બહાર આવતી. સિદ્ધહસ્ત કવિ-નાટ્યકાર સિતાંશુ યશશ્ચંદ્ર રૂપાંતરિત અને વિખ્યાત દિગ્દર્શક-સંનિવેશકાર એમ એસ. સથ્યુના સંનિવેશવાળા નાટક 'વૈરી'ની સર્જનપ્રક્રિયા આખી નવલોહિયા ટીમને ઘણું શીખવનારી હતી. ઉત્તમોત્તમને આંબી ન શકાય ત્યાં સુધી જાતને પડકારતા રહેવાનું કૌવત અરવિંદભાઈ સિવાય બહુ ઓછા સર્જકો દાખવી શક્યા છે.

આઇ.એન.ટી.નાં કેટલાંય પારસી નાટકોનું દિગ્દર્શન સંભાળીને અરવિંદભાઈએ રમૂજપ્રધાન નાટકો પરની પોતાની હથોટી પર પણ લોકચાહનાની મહોર મરાવડાવેલી. દિગ્ગજ દિગ્દર્શક પ્રવીણ જોષીના નાટકમાં જે ખામી કે ખૂટતું લાગે એ અરવિંદભાઈ એમને મોં પર કહી શકતા અને રસપ્રદ વાત એ છે કે પ્રવીણ જોષી એ ધ્યાનમાં લેતા પણ ખરા.

છેવટનાં વર્ષો મુંબઈ બહાર ગાળ્યા પછી એક નાટ્યસ્પર્ધાના નિર્ણાયક તરીકે મુંબઈ આવેલા અરવિંદ ઠક્કરનું અચાનક અવસાન થયેલું. મુંબઈમાં ગોરેગામના સ્મશાનગૃહમાં એમના અંતિમ સંસ્કાર થયા ત્યારે બધું મળી માત્ર પાંચ (હાજી, માત્ર પાંચ) જણ હાજર હતા. એમાં આ લખનાર ઉપરાંત મુંબઈમાં બે એમના દૂરના સગા હતા અને એક પ્રફુલ શાહ હતા. આ પાંચ જણ વચ્ચેના અરવિંદભાઈનો અગ્નિદાહનું દૃશ્ય કેટલો મોટો આઘાત હતો!

અરવિંદ ઠક્કર આજે આપણી વચ્ચે નથી, પરંતુ એમણે પ્રેક્ષકોને જે વિરલ નાટ્યાનુભવ કરાવ્યા એ તો એકદમ જીવંત છે અને જીવંત જ રહેશે.

**વિનીત શુક્લ**

(પીઢ પત્રકાર, નાટ્યલેખક, રંગકર્મી અને અભિનેતા)

# ૧

## બ્રેકિંગ ન્યૂઝ

> *મહારાષ્ટ્રની ચૂંટણીમાં મોટો આંચકો. પહેલી વાર મુખ્ય રાજકીય પક્ષોને હરાવીને પ્રાદેશિક પક્ષ સ્થાનિક ગૌરવ સંગઠનને મળી સંપૂર્ણ બહુમતી. શું પક્ષનાં સર્વેસર્વા ક્વીન મા બનશે નવાં મુખ્ય પ્રધાન? ક્વીન માનો સંપર્ક સાધવાનો અમે પ્રયાસ કરી રહ્યા છીએ, પણ પરિણામો જાહેર થવાની શરૂઆત બાદ તેઓ જાહેરમાં દેખાયાં નથી. ક્વીન મા સાથે વાતચીત થાય એ અગાઉ એક લટાર મારીએ તેમના અતીતમાં અને સલામ કરીએ એક નારીની અનન્ય હિંમતને. ઓવર ટુ સિનિયર પૉલિટિકલ એનાલિસ્ટ રાહુલ શુક્લ.*

*

ક્વીન માએ ટીવી સ્વીચ ઑફ કર્યું. રાહુલ શુક્લ તો શું, કોઈ ક્યાં ખાસ જાણતું હતું ક્વીન મા વિશે. હકીકતમાં આ શક્તિશાળી મહિલા એક વણઉકેલ્યા કોયડા જેવી હતી. એના પિંડ, વ્યક્તિત્વ, સ્વભાવ અને ઉછેર પાછળનાં પરિબળોનાં મૂળિયાં છેક આઝાદી પૂર્વના સમયમાં રોપાયાં હતાં. બહુ ઓછા જાણે છે ક્વીન મા વિશેની આ હકીકત.

તેમના પિતા બંડુ ધોંડગે. વ્યવસાયે ચપરાસી, બ્રિટિશ કાળમાં. બંડુને અંગ્રેજી ભાષા અને સંસ્કૃતિ પર બહુ જ અહોભાવ, ને બ્રિટનનાં મહારાણી ક્વીન ઍલિઝાબેથ તો મા કે દેવીથી વિશેષ. ધૂની સ્વભાવના બંડુનું એક જ સપનું કે ક્વીન ઍલિઝાબેથને મળીને સેલ્યુટ કરવી. જો એક બાઈ કદી ન આથમનારા બ્રિટિશ સામ્રાજ્ય પર રાજ કરી શકે તો એ કેટલી કાબેલ, વિચક્ષણ, શક્તિશાળી

અને મહાન હશે? તેણે ક્યારેય 'એલિઝાબેથ' શબ્દ ઉચ્ચાર્યો નહોતો, ઉચ્ચારી શકે એમ જ નહોતો. એમનું નામ થોડું લેવાય આપણા જેવાથી. એ માત્ર એમને ક્વીન મા તરીકે સંબોધન કરે.

આ બધાં કારણોસર બંડુને સ્વાતંત્ર્યસંગ્રામ અને સ્વાતંત્ર્યસૈનિકોથી નફરત. એ સાક્ષી હતો કે રાજા-મહારાજા કેવું ભયંકર શોષણ કરતા હતા, પણ ક્વીન માના રાજમાં કેટલું સારું છે. અધૂરામાં પૂરું આઝાદી બાદ એને ક્યાંય નોકરી ન મળી. બ્રિટિશ નોકર તરીકે ઘણા હડધૂત કરે, મજાક ઉડાડે. એ મસ્જિદ બંદર એરિયા છોડીને ખારની ઝૂંપડપટ્ટીમાં રહેવા ગયો. નહોતી નોકરી કે નહોતું શિક્ષણ. નાછૂટકે નાની-મોટી ચોરી અને ગુંડાગીરી કરવા માંડ્યો. આમાં ઝડપથી પૈસા મળતા. ધારણા અને તાકાતથી વધુ. સાથીઓ મળતા ગયા અને નાની ટોળકી બની ગઈ. એના બે સિદ્ધાંત પણ રસપ્રદ. મોટાં કામ ન કરવાં અને પોલીસની નજરે ન ચડવું.

બંડુની વધતી ધાક વચ્ચે ઘરે અવતરી પુત્રી. એને જોતાવેંત બંડુના મોઢામાંથી નીકળી ગયું ક્વીન... ક્વીન મા. અને સત્તાવાર નામ પડી ગયું ક્વીન મા. બંડુએ ધરાર ક્વીન માને ઇંગ્લિશ મીડિયમ સ્કૂલમાં મૂકી. એને આવતાં, જતાં અને અંગ્રેજી ભાષાનાં પુસ્તકો ખોલતાં અને એબીસીડી લખતાં જોઈને બંડુની આંખમાં પાણી ધસી આવે, છાતી ગર્વથી ફાટ ફાટ થાય. પણ ક્વીન મા બે વરસ સુધી પહેલા ધોરણથી આગળ ન વધી એટલે બંડુએ કાળજા પર સવા મણનો પાણો મૂકીને ક્વીન માને મરાઠીભાષી સ્કૂલ ભેગી કરવી પડી.

આ પોતીકી ધરતીમાં ક્વીન મા ખીલી, પણ ભણવામાં નહીં. એ કોઈકને મારે, પેન્સિલ આંચકી લે, ફૂટપટ્ટી તોડી નાખે, નાસ્તાનો ડબ્બો ચોરી લે, શિક્ષકને મોઢા પર ચોપડાવી દે. દર મહિને આઠ-દસ ફરિયાદ આવે. દીકરીને ખિજાવાને બદલે બાપ બંડુ પોરસાય કે આ ક્વીન મા તો રાજ કરવા આવી છે રાજ કરવા. પાંચમા ધોરણ સુધીમાં તો સ્કૂલવાળા કંટાળી ગયા, ધરાઈ ગયા અને ક્વીન માએ ઘરે બેસી જવું પડ્યું. આનાથી પાછા પડવાને બદલે એ તો સ્પ્રિંગની જેમ ઊછળી. પહેલાં છોકરીઓ પર દાદાગીરી કરવા માંડી, પછી છોકરીઓને સાથે લઈને ગુંડાગીરી કરવા માંડી અને છેવટે છોકરાય જોડાયા એની ટોળકીમાં.

બીજી બાજુ બંડુ ધોંડગેની બી ગેંગ હવે પોલીસની નજરમાં આવી ચૂકી હતી. એના માણસોએ એક સાધારણ દેખાતા માણસની મારપીટ કરીને એની દસ હજાર રૂપિયા ભરેલી બૅગ આંચકી લીધી. કોઈ નહોતું જાણતું કે આ માણસ

સ્થાનિક નગરસેવક વિકાસ મ્હાત્રેનો પિતરાઈ હતો. મ્હાત્રેના દબાણમાં પોલીસે બંડુ અને એના માણસોને પકડીને ધોઈ નાખ્યા. જેલની બહાર વાતો આવી કે અંદર બંડુ પર ભયંકર ત્રાસ વર્તાઈ રહ્યો છે. ક્વીન માએ પોતાની ટોળકી સાથે પોલીસ સ્ટેશન બહાર ધરણાં કર્યાં, સાથે ભૂખહડતાળ. મનામણાં અને ધમકી છતાં એ ટસની મસ ન થઈ. નાછૂટકે ધરણાંના ત્રીજા દિવસની સાંજે બંડુને છોડી મૂક્યો. બંડુએ ક્વીન માને આદેશ આપ્યો કે જાઓ. ઉજવણીની તૈયારી કરો, હું આવું છું એક કામ પતાવીને. બંડુ દેશી દારૂના અડ્ડામાં ગયો. પહેલી વારની ધરપકડ અને થર્ડ ડિગ્રીની પીડા મિટાવવા. એ જરૂરથી વધુ પી ગયો અને એ પણ ઝડપભેર. એ બહાર નીકળ્યો ત્યાં અંધારામાં કોઈએ એના પેટમાં છરી હુલાવીને આંતરડાં બહાર ખેંચી કાઢ્યાં.

બાપની ચિતા સામે ક્વીન માએ કસમ ખાધા, "હું આપનું સપનું પૂરું કરીશ પણ શાંતિથી, એકદમ ગાંધીચીંધ્યા માર્ગે." નાનકડા જીવનમાં થયેલા અનુભવ, મનમાં ઘર કરી ગયેલી સમજ અને વિચારોથી એક નિયમ નક્કી કરી લીધો કે વિનમ્રતા, વિવેક અને પ્રામાણિકપણાનો મુખવટો અનિવાર્ય છે. ને કોઈ કામ એકલા હાથે ન થઈ શકે. પણ લોકો, વધુ ને વધુ લોકો શા માટે જોડાય મારી સાથે? એમનો સ્વાર્થ શું? એમને શું મળે?

ક્વીન માએ મોટું ભીલું લઈને સૌની કોણીએ ગોળ લગાડવાનું શરૂ કર્યું. "હું તમારી સાથે છું. તમારી સમસ્યાઓનો ઉકેલ મારી પાસે છે. તમને એકલા નહીં પડવા દઉં." ન જાણે કેમ લોકો એની ભૂરકીમાં આવી ગયા. ક્વીન માએ પોતાના પ્રયોગ અને પ્લાનને રૂપકડું નામ આપ્યું: સ્થાનિક ગૌરવ સંગઠન. પોતાના વિસ્તારના રહેવાસીની કોઈ પણ તકલીફ હોય એસ.જી.એસ. સુપરમૅનની જેમ વહારે આવી જાય. રેશનકાર્ડ બનાવવાનું હોય, સરકારી સ્કૂલમાં ઍડમિશન લેવાનું હોય, લાઇટનું કનેક્શન મેળવવાનું હોય... ક્વીન માના સૈનિકો મદદ માટે ધસી આવે. જોતજોતામાં એ પોતાના વિસ્તારની વણઘોષિત રાણી, મહારાણી બની ગઈ. ક્વીન માને થતું કે બાપાની આંતરડી કેવી ઠરતી હશે? પણ હજી તો ઘણું બાકી છે. આ સંગઠનનો વ્યાપ વધારવા તેણે બંડુની પુણ્યતિથિએ પ્રોગ્રામ બનાવ્યો. પહેલા સભા અને પછી ભોજન. સભામાં ક્વીન માએ બંડુના ફોટાને હાર પહેરાવ્યો અને પછી જાહેરાત કરી કે અમારે માટે વિસ્તારના સૌ પોતીકા છે એટલે સ્થાનિક ગૌરવ સંગઠનના સભ્ય બનાવવાની જરૂર નથી. હું તો બધાને પોતીકા જ માનું છું. છતાં કોઈને સંગઠનનો ભાગ ન રહેવું હોય તો અહીંથી જવાની પૂરેપૂરી છૂટ છે. જે પોતાને સંગઠનનો

સભ્ય સમજતા હોય એ બંડુભાઉના ફોટાને પ્રણામ કરીને પ્રસાદ લેવા પધારે. એક એક જણ ફોટાને પગે લાગીને જમવાની લાઇનમાં ઊભા રહી ગયા. ક્વીન માને આ જ જોઈતું હતું.

ત્યાર બાદ પોતાના જન્મદિને ક્વીન માએ જાહેરાત કરી કે ગરીબ અને નબળા વર્ગનાં બાળકોને શિક્ષણ, ખાધાખોરાકી અને તબીબી સવલત માટે મારી પાસે એક યોજના છે. આ વિચારનાં બીજ એના મનમાં રોપ્યાં હતાં રાજાભાઉ બર્વેએ. રાજાભાઉ મિલમજૂર, થોડાઘણો ભણેલો, એકદમ કાબો અને મજૂર યુનિયનના રાજકારણને નજીકથી સમજનારો માણસ. ક્વીન માએ 'સબ કા કલ્યાણ' યોજના માટે રોજ દરેક ઘરેથી સભ્યદીઠ એક રૂપિયો અને દુકાનદીઠ દસ રૂપિયા ઊઘરાવવાનું નક્કી કર્યું. રાજાભાઉના આયોજન મુજબ વિસ્તારના બાર વિભાગ પાડી દીધા. દરેક વિભાગના એક એક કેપ્ટન નિમાયા, જે વિસ્તારના લોકોની સમસ્યા જાણે અને રોજ રોજ ઉઘરાણી કરે. આ રકમ બીજા દિવસે હિસાબ સાથે ક્વીન મા પાસે પહોંચી જાય. આ કેપ્ટન છાશવારે પોતાના એરિયામાં ક્રિકેટ મૅચ, કબડ્ડી સ્પર્ધા અને સાંસ્કૃતિક કાર્યક્રમ રાખે, જેના માટે આગેવાનો મોટો ફાળો આપે. બધું થાય ક્વીન માની જાણ, નામ અને આશીર્વાદ સાથે.

પોતાના વિસ્તાર અને પ્રજાજનો પર ક્વીન માની જડબેસલાક પકડ. આ બધું રાજકારણીઓના ધ્યાનમાં આવ્યા વગર રહે? ચૂંટણીમાં એમનાં માનપાન અને ભાવ વધવા માંડ્યાં. નગરસેવક વિકાસ મ્હાત્રેએ ક્વીન માનો સપોર્ટ માગવો પડ્યો. એ જીતી ગયો. આનાથી સ્થાનિક ગૌરવ સંગઠનને એકદમ છૂટો દોર મળી ગયો. પિતાના મોતનો બદલો લેવા માટે ક્વીન મા તરફડતાં હતાં. વિકાસ મ્હાત્રેને બરાબરનો દાઢમાં રાખ્યો હતો. બીજી ચૂંટણીમાં તેણે રાજાભાઉ બર્વેની અનિચ્છા છતાં તેની પાસે ઉમેદવારી કરાવી. રાજાભાઉ માત્ર જીત્યા જ નહીં, મ્હાત્રે સહિતના બધા હરીફોની ડિપૉઝિટ જપ્ત થઈ ગઈ. સફળતાની આ પહેલી નોંધપાત્ર સીડી ચડતી વખતે ક્વીન માને યાદ આવ્યો વિનોદ. બાર વર્ષનો દીકરો વિનોદ જે પંચગિનીની સ્કૂલમાં ભણતો હતો.

વિનોદ પંચગિનીથી દિલ્હી અને દિલ્હીથી ન્યૂયૉર્ક ભણવા ગયો. એ સાથે ક્વીન મા ખાર છોડીને દાદર ચોપાટી પરના બંગલો 'ગૌરવ સદન'માં રહેવા જતી રહી. એનો પક્ષ એસ.જી.એસ. પાલિકામાં મુખ્ય પક્ષ બની ગયો. રાજાભાઉ બન્યો પક્ષનો પહેલો મેયર. હવે રાજ્યમાં એસ.જી.એસ.ની અવગણના કરવી આસાન નહોતી.

ન્યૂ યૉર્કમાં ભણી લીધા બાદ ભાગીદારીમાં ધંધો કરવામાં વિનોદ ક્વીન મા પાસે ફાવ્યો નહીં, એટલે એ મુંબઈ પાછો આવી ગયો. વિનોદ વિધાનસભાની ચૂંટણીના પાંચ મહિના અગાઉ જ પાછો ફર્યો. કાર્યકરોના આગ્રહના નામે એને ટિકિટ મળી. એની હારજીતનો સવાલ જ નહોતો. મત પણ ખૂબ મેળવ્યા તેણે.

*

**રાહુલ શુક્લની ડાયરી**

*સ્થાનિક ગૌરવ સંગઠનની ભવ્ય જીત બાદ ક્વીન મા મુખ્ય પ્રધાન બને એવું ઘણાને મનમાં ઊતરતું નહોતું. તો પછી શું રાજાભાઉ બનશે પક્ષના પહેલા મુખ્ય પ્રધાન? બર્વે સત્તાની વરમાળા પહેરી શકશે ખરા?*

# ૨

## બ્રેકિંગ ન્યૂઝ

*રાજાભાઉ બર્વે એક કાબેલ નેતા છે, અનુભવી છે, મેયર તરીકે સફળ કામગીરી બજાવી ચૂક્યા છે, સ્થાનિક ગૌરવ સંગઠનના એક સ્થાપક છે અને ક્વીન માના વિશ્વાસુ છે. રાજાભાઉ બર્વેનું મુખ્ય પ્રધાન બનવાનું લગભગ નિશ્ચિત મનાય છે. શું રાજાભાઉ બર્વે જ મુખ્ય પ્રધાનની જવાબદારી સફળતાથી નિભાવી શકશે?*

*

રાજાભાઉ બર્વે મૂછને વળ આપી રહ્યા હતા. એમનો પી.એ. રાઘવન મનોમન મલકાતો હતો કે બર્વે સીએમ બનશે, ને પોતાને ઘી-કેળાં. રાઘવનને જીવનમાં બે અજબ રસ: 'રૂપિયા અને રૂપિયા.' એ બર્વેની ચાપલૂસી કરવામાં જરાય પાછો પડતો નહોતો: 'સર, એક વાર આપ મુખ્ય પ્રધાન બની ગયા પછી આપને હટાવવાની કોઈની તાકાત નથી. દશ-પંદર વર્ષ તો નક્કી જ. હા, એ અગાઉ દિલ્હી જાઓ તો અલગ વાત છે.' આવું સાંભળવું રાજાભાઉને ગમ્યું, ખૂબ જ. રાજાભાઉને ગળા સુધી ખાતરી હતી કે ક્વીન માને સત્તાવારપણે સત્તા સંભાળવામાં લેશમાત્ર રસ નથી. કોણ કરે એ બધી કડાકૂટ. તો પછી મુખ્ય પ્રધાનની ગાદીનો એકમાત્ર ઉમેદવાર પોતે જ ગણાયને? પોતે શું શું નથી કર્યું ક્વીન મા માટે અને આ પક્ષ માટે? ક્વીન માનાં કેટકેટલાં રહસ્યો માત્ર પોતે એકલો જાણે છે. આ દીકરા વિનોદ વિશે લોકોને શું ખબર છે? કંઈ નહીં. ક્વીન મા ક્યારેય નાનીઅમથી મવાલીઓની ટોળી બી ગૅંગને પોતાના વગર રાજકીય પક્ષમાં થોડી ફેરવી શકવાની હતી? પક્ષનો વિચાર, રૂપરેખા અને તથાકથિત બંધારણ પોતે જ ઘડ્યાં છે. ક્વીન મા

સમજદાર છે. એટલે પાલિકામાં એસ.જી.એસ.ને બહુમતી મળી ત્યારે મેયર કોણ, એવું પૂછનારને તેણે રીતસર તતડાવી નાખ્યો હતોઃ અમારો મેયર રાજાભાઉ બર્વે જ હોય એ દીવા જેવી સ્પષ્ટ વાત છે. એ ન્યાયે તો મુખ્ય પ્રધાન બનવા માટે બીજા કોઈના નામનો વિચાર સુધ્ધાં ક્યાંથી કરાય?

સ્થાનિક ગૌરવ સંગઠનનું મુખ્ય કાર્યાલય એટલે ક્વીન માનો બંગલો ગૌરવ સદનનો ગ્રાઉન્ડ ફ્લૉર. ત્યાં હૉલમાં બધા નવા ચૂંટાયેલા વિધાનસભ્યો હાજર હતા. સૌએ જીતવા માટે ઘણા ધમપછાડા કર્યા હતા. પાણીની જેમ પૈસો વાપર્યો હતો. મુખ્ય રાજકીય પક્ષોના ખાઈબદેલા નેતાઓને હરાવવાનું આસાન નહોતું. પરંતુ હકીકત માત્ર ક્વીન મા જાણતાં હતાં. રાજ્યના વિદાય લઈ રહેલા મુખ્ય પ્રધાન રાજકિશોર પાટિલના ભ્રષ્ટાચાર અને વધતી લોકપ્રિયતાએ દિલ્હી હાઈ કમાન્ડને વ્યથિત, ચિંતિત કરી મૂક્યા હતા. રાજકિશોર પાટિલને નબળો પાડવા જ સ્થાનિક ગૌરવ સંગઠનને દિલ્હીથી બહુ બધું મળ્યું હતું. રાજકિશોરને ઓછી બેઠક મળે તો એ કદ પ્રમાણે વેતરાઈ જાય. પણ નવા દિલ્હીના મૂડનો ક્વીન માએ વધુ પડતો લાભ લઈને આખી રાજકીય શતરંજ જ ઊથલાવી નાખી. પરિણામે રાજ્યના જ નહીં, દિલ્હીના નેતાઓને સ્તબ્ધ કરી મૂક્યા હતા.

નીચે રાજાભાઉ બર્વે અને અન્ય વિધાનસભ્યો ગપ્પાં મારતા હતા. એક એક વિધાનસભ્ય રાજાભાઉની મીઠી નજર માટે જાણે રીતસરના લટૂડાપટૂડા મારતા હતા. રાજાભાઉએ ઘડિયાળમાં જોયું. મિટિંગના સમય કરતાં અડધો કલાક વીતી ગયો છતાં ક્વીન મા આવી નહોતી. વધુ પંદરેક મિનિટમાં ક્વીન મા દીકરા વિનોદ સાથે હૉલમાં પ્રવેશી. સૌએ એનો જયજયકાર બોલાવ્યો. ક્વીન માના ઇશારાથી વિનોદ વિધાનસભ્યોની પહેલી હરોળમાં બેઠો.

ક્યાંય સુધી તાળીઓનો ગડગડાટ ચાલુ રહ્યો. ઘણા ટપોરી માની નહોતા શકતા કે સાલા મૈં તો એમ.એલ.એ. બન ગયા! ક્વીન માએ ઊભા થઈને બે હાથ ઊંચા કર્યા એટલે બધા શાંત પડ્યા. "મારા પક્ષ સ્થાનિક ગૌરવ સંગઠન માટે આ ગૌરવની ઘડી છે. મુંબઈના મેયરપદ બાદ આપણે રાજ્યના મુખ્ય પ્રધાન પદ સુધી પહોંચ્યા છીએ. અહીં સુધી પહોંચવામાં મારે ખૂબ સખતાઈ આચરવી પડી છે. ઝાઝા રસોઈયા રસોઈ બગાડે એ મને ખબર છે. ચાદર એટલા પગ લાંબા કરવાની માન્યતાને મેં ખોટી ઠેરવી છે. આ ચૂંટણીનાં પરિણામ એની સાબિતી છે."

નવાસવા ઉત્સાહી વિધાનસભ્યો અને કાર્યકરો ફરી તાળી પાડવા માંડ્યા. ક્વીન માએ જમણો હાથ ઊંચો કર્યો એટલે બધા શાંત, એકદમ શાંત. "મને આ ગમે. આ મારો પક્ષ છે. મારી ઇચ્છા જ એમાં સર્વોપરી હતી, છે અને

રહેશે. આ પક્ષની શરૂઆત જનકલ્યાણના ઇરાદાથી થઈ હતી એ તમને યાદ કરાવવાની જરૂર નથી. પરંતુ સાત દાયકાની લોકશાહીની અસર આપણા ઘણા વિધાનસભ્યો પર થઈ છે. સ્વાભાવિક છે. મોટા ભાગનાએ મને મળીને કે ફોન કરીને જણાવ્યું કે મુખ્ય પ્રધાન કોને બનાવવો જોઈએ? તમે કલ્પી શકો કે આવું થઈ શકે? એય મારી સાથે ને સ્થાનિક ગૌરવ સંગઠનમાં? પણ થયું. મને શરૂઆતમાં ગુસ્સો પણ આવ્યો. પણ પછી થયું કે ચાલો, જોઈ લઈએ. આ રીત પણ અજમાવી જોવામાં ખોટું શું છે? ભૂલ થાય તો ક્યાં નથી સુધારી શકવાના?"

ક્વીન માના આ શબ્દોએ સૌને વિચારતા કરી દીધા. રાજાભાઉ બર્વેએ ફરી મૂછને વળ દઈને હળવું સ્મિત કર્યું બાજુમાં બેઠેલા વિધાનસભ્ય તરફ. એ બિચારો તો પોતાને ધન્ય સમજીને ખયાલી પુલાવ રાંધવા મંડી પડ્યો. પક્ષના કેટલાક પીઢ નેતાને થયું કે ક્વીન મા સાચું બોલતાં હશે? સૌની કસોટી કરતાં હશે? નક્કી કંઈક નવાજૂની થવામાં છે.

મેદનીને શાંત જોઈને ક્વીન માએ થોડા ધીમા અને ગંભીર સ્વરે વાત આગળ ધપાવી, "પક્ષ મારો હતો, મારો જ રહેશે, પણ તમે સૌ ક્યાં પરાયા છો? પહેલી વખત હું બીજાનું સાંભળું છું, એમની ઇચ્છાને માન આપવા માગું છું. લોકશાહીમાં બહુમતીની ઇચ્છા જાણવા માગું છું. મને કોણ શું કહી ગયું એ મારા ધ્યાનમાં છે, પણ એ મારા સુધી રહેશે. હવે મહત્ત્વનો મુદ્દો."

ઘણાના શ્વાસ જાણે થંભી ગયા. માખીનો ગણગણાટ કે ઊડતા મચ્છરની પાંખનો અવાજ સંભળાય એવી શાંતિ. જાણે તોફાન પહેલાંની શાંતિ અને ખરેખર તોફાન નહીં સુનામી આવી સુનામી. "આપણા પક્ષના ઘણા વિધાનસભ્યો મુખ્ય પ્રધાન તરીકે ઇચ્છે છે રાજાભાઉ બર્વેને..." આ જાહેરાત સાથે જ હૉલમાં તાળીઓનો ગડગડાટ શરૂ થઈ ગયો. ઘણાએ રાજાભાઉ બર્વેને ઊંચકી લીધા. રાજાભાઉએ વિજયી અદામાં બધાનું અભિવાદન ઝીલ્યું અને ક્વીન મા સામે બે હાથ જોડ્યા. ક્વીન માએ સ્માઇલ સાથે એક હાથ ઊંચો કર્યો, ને બીજા હાથે બર્વેને બેસી જવાનો ઇશારો કર્યો. "મારી પૂરી વાત તો સાંભળો. રાજાભાઉ બર્વે પક્ષના વરિષ્ઠ કાર્યકર્તા છે, મારા વિશ્વાસુ છે. એમનું નામ મોખરે હોય એ સ્વાભાવિક છે, પણ કદાચ સમય બદલાઈ રહ્યો છે. ઘણા વિધાનસભ્યો સમય સાથે તાલ મિલાવવા તલપાપડ છે. રાજ્યને વેગવંતું, થનગનતું બનાવવા માગે છે. વિકાસના માર્ગે અશ્વની જેમ દોડાવવા માગે છે. આવા વિધાનસભ્યોનો આગ્રહ છે કે યુવાનેતા વિનોદ ક્વીન મા મુખ્ય પ્રધાન બને."

જાણે સામે બૉમ્બ પડ્યો હોય અને કાઉન્ટડાઉનમાં એની ટીક ટીક ટીક

સંભળાતી હોય એમ એકદમ સોપો પડી ગયો. થોડી વારે સૌને કળ વળતાં ફરી તાળીઓ પડવા માંડી. આ વખતે તાળીઓના અવાજમાં વધુ જોર હતું, જોશ હતો. બર્વેની આજુબાજુ બેઠેલા વિધાનસભ્યોએ દોડીને વિનોદ ક્વીન માને ઊંચકી લીધો. પાછળથી સૂત્રોચ્ચાર શરૂ થઈ ગયો, 'દેશ કા નેતા કૈસા હો, વિનોદજી જૈસા યંગ હો, યંગ હો.' વરિષ્ઠજનોને થોડું સમજાયું અને થોડું ન સમજાયું પણ જરાય ગમ્યું નહીં.

ક્વીન માએ ઇશારો કરતાં બર્વે અને વિનોદ ઊભા થઈને તેમની પાસે ગયા. “જુઓ, મારા માટે બધા કાર્યકર્તા સરખા. પક્ષના મુખ્ય પ્રધાનના દાવેદાર તરીકે તમારા બંનેનાં નામ આગળ આવ્યાં છે. મારી પાસે તાકાત છે કોઈ એકને મુખ્ય પ્રધાન બનાવવાની. કોઈની મગદૂર નથી મારી પસંદગી પર સવાલ કરવાની. પણ ના. આ વખતે હું તમારા સૌની પસંદના નેતાને તક આપીશ. હવે બંને હરીફે નક્કી કરવાનું છે કે તેમની સાથે કેટલા વિધાનસભ્યો છે? બે દિવસમાં બંને પોતાના સમર્થકોની યાદી મને આપશે અને ત્યાર બાદ નવા મુખ્ય પ્રધાનના નામની હું જાહેરાત કરીશ. સ્થાનિક ગૌરવ સંગઠનમાં એક નવા અધ્યાયની શરૂઆત થઈ રહી છે, ત્યારે સૌ પોતાના અંતરાત્માના અવાજને માન આપે એવી મારી ઇચ્છા, અપીલ અને આદેશ છે.”

આટલું બોલીને ક્વીન મા ઊભાં થઈને જતાં રહ્યાં. બધા વિધાનસભ્યો પોતપોતાની બેઠક પર બેસી રહ્યા. કોઈને સમજાતું નહોતું કે ક્યાં જવું? ચારેક જણ ઊભા થઈને વિનોદ પાસે ગયા, તો બે જણ બર્વે પાસે. બધાની હિલચાલની નોંધ ચાર આંખ રાખી રહી હતી. બર્વેનો પી.એ. રાઘવન અને વિનોદનો પી. એ. રમેશ શિંદે કાગળ પર ટપકાવતા હતા કે કોણ કોની તરફ જઈ રહ્યું છે.

*

**રાહુલ શુક્લની ડાયરી**

*ટીવી ગાજવા માંડ્યાં. સ્થાનિક ગૌરવ સંગઠનમાં ખરેખર લોકતાંત્રિક ધમાકો કે વારસાગત રાજ? સિનિયર મોસ્ટ રાજાભાઉ બર્વે સામે યંગેસ્ટ લીડર વિનોદ ક્વીન મા રેસમાં. ક્વીન મા પરિવાર ખરેખર સત્તાના સમરાંગણમાં સત્તાવાર રીતે ઝંપલાવશે? વધુ વિધાનસભ્યો કોની છાવણીમાં? બેઉ હરીફ માટે એકદમ રસાકસીભરી. અંતે જીતશે કોણ?*

# 3

## બ્રેકિંગ ન્યૂઝ

*"મહારાષ્ટ્રને એક યુવાન, શિક્ષિત, આધુનિક અને પ્રામાણિક નેતૃત્વ મળવાની આશા. વિનોદ ક્વીન માને તક મળે તો રાજ્ય વિકાસ અને પ્રગતિની નવી ઊંચાઈને આંબી શકે. શું સ્થાનિક ગૌરવ સંગઠનના વિધાનસભ્યો પરિવર્તનની નવી હવા લાવવામાં સફળ થશે ખરા?"*

*

ટીવી પરની આ બધી ચર્ચાઓથી વિનોદ ક્વીન મા પોતાના ઉદ્યોગપતિ ફ્રેન્ડ અશોક આનંદના જૂહુસ્થિત બંગલો 'પાવર હાઉસ'માં રાજકીય વ્યૂહ રચવામાં ગળાડૂબ થઈ ગયો. સરવાળા, બાદબાકી, ગુણાકાર અને ભાગાકાર. મોટે ભાગે કફ પરેડના પેન્ટ હાઉસમાં રહેતો અશોક આ બંગલો 'પાવર હાઉસ'નો ઉપયોગ ક્યારેક કરતો અને એય મોજમસ્તી માટે. વિનોદ પ્રચારમાં પૂરતું ધ્યાન આપી શકે અને દાદરથી આવવાની ખોટી ઝંઝટમાંથી બચી જાય એ માટે તેણે જૂહુના પાવર હાઉસમાં ધામા નાખ્યા હતા. આમેય સ્થાનિક ગૌરવ સંગઠનની ઑફિસ અને પોતાનું ઘર વિનોદનું ચૂંટણી કાર્યાલય બને એમ ક્વીન મા ઇચ્છતી નહોતી. પોતે દીકરાને ફેવર કરે છે એવી છાપ ઊભી જ શા માટે કરવી?

વિનોદ ક્વીન માની અંદરની રાજકીય ઇચ્છા, સપનાં અને મહત્ત્વાકાંક્ષાને સંજીવની ફૂંકીને જગાવવાનું-ભડકાવવાનું કામ કર્યું અશોકે. ૪૩ વર્ષનો અશોક બહુ સૂલઝેલો વેપારી હતો. એનું કામ હતું ટાઇલ્સનું. દેશ-પરદેશની જેવી ટાઇલ્સ એની દુકાનમાં મળે એવી ક્યાંય ન મળે. મોટા મોટા ફિલ્મ સ્ટાર્સ

ટાઇલ્સ પસંદ કરવા કલાકો એના શો રૂમમાં ગાળતા હતા. ફિલ્મ સ્ટાર્સ જ શું કામ ક્રિકેટર્સ, રાજકારણીઓ, ટોચના પોલીસ અમલદારો, આઈ.પી.એસ. અને આઈ.એ.એસ. ઑફિસર્સ સહિત બધા જોવા મળે એના શો રૂમમાં. લીસી ટાઇલ્સની જેમ અશોક પણ બહુ લપસણો. એ જલદી કોઈના હાથમાં ન આવે. સિવાય કે પોતાનો સ્વાર્થ હોય. સામેવાળાના ફોન ન ઉપાડવા અને પ્રાણવાયુ શ્વાસમાં લેવા એ પ્રક્રિયા આખો દિવસ ચાલતી રહે અશોક માટે. બહુ ઓછા જાણતા હતા કે ટાઇલ્સના ધંધામાં એને રસ ઓછો હતો. એના કઝિન અને જૂના માણસોને ભરોસે ચાલતો હતો શો રૂમ. અશોક પોતે મંત્રાલય, મસ્તી, મદિરા, માનુની અને મનીમાં આનંદ પામતો. કોઈનામાં હિંમત નહોતી એને મોઢા પર કહેવાની, પણ બિન સત્તાવાર ગોસિપિંગ મુજબ એ લાયઝન ઑફિસર, ફિક્સર અને ઊભરતો પાવર બ્રોકર હતો. અગાઉ રાષ્ટ્રીય પક્ષોની સરકારમાં પોતાનાં કામ આટોપાવવા એને ઘણી મહેનત કરવી પડતી હતી. પરંતુ સ્થાનિક ગૌરવ સંગઠને એકલે હાથે વિધાનસભાની બધી બેઠક લડવાનું કામ નક્કી કર્યું એટલે એને બેય હાથમાં લાડવા મેળવવાની આશા જાગી.

પંચગિનીની સ્કૂલના દિવસો યાદ કરાવીને, ભ્રષ્ટ માહોલમાં તું જ ક્રાંતિ લાવી શકે, તારા જેટલી કાબેલિયત-વિઝન કોનામાં છે... આવી ચાપલૂસીના ગાંગડા તે સ્કોચના એક એક પેગમાં ઉમેરે અને વિનોદ એ ગટગટાવી જાય. માત્ર વાતોનાં વડાં કર્યે રાખવાને બદલે તેણે પોતાનો બંગલો વાપરવાનો આગ્રહ કરવા સાથે ચૂંટણી ફંડમાં ૫૧ લાખ આપ્યા. હકીકતમાં તો હથેળીમાં સત્તાનો ચાંદ બતાવીને પોતાના પંદરેક દોસ્તો પાસેથી ૧૦-૧૦ લાખ લાવ્યો હતો. એમાંથી 51 લાખ આપ્યા વિનોદને અને બાકીના ચૂપચાપ ગજવામાં સરકાવી દીધા.

વિનોદ ક્વીન માને ઊગેલી મહત્ત્વાકાંક્ષાની નવીસવી પાંખની ઊંચી ઉડાણનાં સપનાં માટે અશોક આનંદ એક આદર્શ મિત્ર અને માર્ગદર્શક બની રહ્યો. પક્ષમાં હમણાં કોઈને કંઈ જ ન કહેવું, કારણ કે મોટા ભાગના રાજાભાઉના પ્રભાવ હેઠળ છે. ખાલી મમ્મી પાસે શક્ય એટલા ઓછા શબ્દોમાં ઇચ્છા વ્યક્ત કરી દેવી. બાકીનું કામ મારા પર છોડી દે. મીડિયા ફંડ, ઇન્ડસ્ટ્રિયાલિસ્ટ અને વિધાનસભ્યોનું હું સંભાળી લઈશ. તું તારી ઇમેજ સાફ રાખ અને ચૂંટણી જીતી જા.

અશોક આનંદના એક-એક શબ્દ વિનોદને મધથી મીઠા અને સોનાથી મોંઘા લાગે. જાણે ચાવી દીધેલો ઢીંગલો હોય એમ વિનોદ શબ્દશઃ એક-એક સલાહનું પાલન કરવા માંડ્યો. એક પછી એક ફતેહ બાદ અશોક આનંદ વધુ ઊંડી રમતો વિચારવા માંડ્યો. એ સમજી ગયો કે જો આ વખતે વિનોદ ચીફ મિનિસ્ટર નહીં

બની શકે તો પોતાને જીવનભર ફરી ક્યારેય આવો કિંગમેકર બનવાનો મોકો નહીં મળે. વિનોદને સતત રાજકારણ, સત્તા, મદિરા અને સુંવાળા સહવાસના નશામાં ગળાડૂબ રાખીને એ પોતાનાં સોગઠાં ગોઠવવા માંડ્યો. મિત્રો પાસેથી મેળવેલી ઇલેક્શન ફંડની રકમ મોટે ભાગે તેણે પોતે આપી હતી, હવા એવી ઊભી કરી કે માર્કેટમાંથી વ્યાજે પૈસા ઉપાડીને અશોક આનંદે સર્વસ્વ દાવ પર લગાવી દીધું હતું. જો વિનોદ નામના પ્યાદાને રાજા ન બનાવી શક્યો તો પોતાના જીવનમાં ક્યારેય આનંદ નહીં રહે એ સુપેરે જાણતો હોવાથી અશોક એકદમ જીવ પર આવી ગયો હતો. ગમે તે થાય, ગમે તે કરવું પડે પણ હું હારીશ નહીં, હારી જ ન શકું.

અશોકે વ્યવસ્થિત પ્લાનિંગ કર્યું. અખબારો અને ટીવી ચૅનલ પર વિનોદ ક્વીન માની સ્તુતિ શરૂ કરાવી દીધી. આ સાવ મફતમાં નહોતું જ થયું. મોટા મોટા ઉદ્યોગપતિઓને સમજાવ્યા કે વિનોદને તમારો ટેકો હોવાનો ફોન કરો, વખાણ કરો. એ મુખ્ય પ્રધાન બને તો તમારો એક ફોન કરોડો કમાવી આપે એ જોવાની જવાબદારી મારી. ગુજરાતી, પારસી, સિંધી આગેવાનો પણ ફોન કરી કરીને વિનોદ પર શાબ્દિક સમર્થનનાં પોટલાં ખડકવા માંડ્યા. દિલ્હી, કોલકાતા, ચેન્નાઈ, સિલિગુડી, પટણા, ગુવાહાટી, અમદાવાદ, રાજકોટ અને ઐઝવાલના ઉદ્યોગપતિઓ-આગેવાનો-બૌદ્ધિકો-તંત્રીઓના બે બે મીઠા શબ્દોએ વિનોદ ક્વીન માને ચણાના ઝાડની ટોચ પર બેસાડી દીધો.

આના પ્રતાપે મતગણતરીમાં સ્થાનિક ગૌરવ સંગઠનની સરસાઈના વરતારા આવ્યા કે વિનોદ તરત જ મા પાસે પહોંચી ગયો. તેણે સાફ શબ્દોમાં કહી દીધું હતું કે, "મમ્મી, હું સ્પેશલ છું, તારો દીકરો છું. મારે નાનાનું સપનું પૂરું કરવું છે. બ્રિટનની ક્વીનને મુંબઈમાં આવકારવી છે. તને બકિંગહામ પૅલેસમાં મારી સાથે લઈ જવી છે. હું માત્ર એક વિધાનસભ્ય બનીને, બેસી રહેવા નથી આવ્યો. મારે મુખ્ય પ્રધાન બનવું છે. તારા સપનાને વિસ્તારવું છે. આખા દેશમાં સ્થાનિક ગૌરવ સંગઠન ફેલાવવું છે. પક્ષની તાકાત એટલી વધારવી છે કે કાલે તું રાષ્ટ્રપતિ ભવનમાં બેસે, દેશને બીજી મહિલા પ્રેસિડન્ટ આપવી છે મારે. સ્થાનિક ગૌરવ સંગઠન તારું બાળક છે અને હું પણ. જો આ તક ચૂકી ગયા તો એ ફરી ક્યારેય પાછી નહીં આવે. સાથોસાથ હુંય કોઈ દિવસ ભારત પાછો નહીં ફરું. તું આ ચોક્કસ કરી શકે છે. કેમ કરવું એ પણ જાણે છે. છતાં એટલું કહીશ કે તારી ઇચ્છા એ મારો આદેશ."

ક્વીન મા એકદમ દિગ્મૂઢ દશામાં હતી. ત્યાં ચરણસ્પર્શ કરીને વિનોદ વાવાઝોડાની જેમ ચાલી ગયો.

ક્વીન માએ પોતાના સૌથી જૂના, એકદમ નિકટના સાથી અને વિનોદના વણઘોષિત પિતા નંદકિશોરને બોલાવ્યા. નંદકિશોર જ વિનોદનો બાપ છે, એ કોઈ જાણતું નહોતું, ખુદ વિનોદ પણ નહીં. આ હકીકત સૌથી છુપાવી રખાઈ છે, છેલ્લાં ૩૬ વર્ષથી. ક્વીન માને મોઢે વિનોદની ઇચ્છા, સપનાં અને ધમકીની વિગતો સાંભળીને નંદકિશોર વિચારોમાં ખોવાઈ ગયો. ૬૧ વર્ષની ઝાંખી પડતી આંખોમાં ચમક આવી ગઈ. પોતાનો, પોતાનો દીકરો મુખ્ય પ્રધાન બને એનાથી રૂડું શું? વિનોદનાં સપનાં પર નંદકિશોરે લાગણીનો એવો લેપ લગાવ્યો કે ક્વીન મા ઓગળવા માંડી. પુત્ર-પ્રેમ, પુત્ર-મોહ છવાવા માંડ્યા, પોતે જાહેર કરી શકતી હતી કે વિનોદ મુખ્ય પ્રધાન બનશે. પણ આનાથી નારાજ થઈને જો રાજાભાઉ થોડાક વિધાનસભ્યોને લઈને પક્ષ સાથે જો છેડો ફાડી નાખે તો? ઈર્ષાથી બળતા અને કારમી હાર પચાવી ન શકતા પક્ષો માટે તો આ મોટોમસ મધપૂડો અને એય માખી વગરનો એવો ઘાટ થઈ જાય. આ બધા બગાસાં ખાતા નવરાઓના મોઢામાં રાજાભાઉ નામનું પતાસું ન પડે એવી જોગવાઈ કરવી પડશે.

આમ કરવાનો રોડમેપ નંદકિશોરે બનાવી આપ્યો, જે ક્વીન માને ગમી ગયો. ક્વીન માના અને પોતાના એકદમ વિશ્વાસુ વિધાનસભ્યો અને નેતાઓને નંદકિશોરે સ્પષ્ટ નહીં, પણ અછડતો અણસાર આપ્યો કે, રાજાભાઉએ આપેલી પ્રધાનમંડળની સંભવિત યાદીમાં તમારું નામ નથી. આનાથી હું અને ક્વીન મા પણ વ્યથિત છીએ. હું જે કહું એ ધ્યાનથી સાંભળો. બે દિવસ પછી પક્ષના વિધાનસભ્યોની પહેલી બેઠક છે, એ અગાઉ તમારે બર્વેને આટલું કહેવાનું કે...

આ સાથે રાજાભાઉ બર્વેને ધડાધડ ફોન આવવા માંડ્યા: ભાઉ, અમે તો તમારી જ સાથે છીએ હો. આમાંથી ઘણા દાઢમાંથી બોલતા હતા ને કેટલાક કટાક્ષમાં. પણ આ બધાનો નીરક્ષીર તારવવાની સ્વસ્થતા ક્યાં હતી મુખ્ય પ્રધાન બનવાના સપનામાં આળોટતા માણસમાં. બર્વે વિચારે ચડી ગયો: ‘ક્વીન માની વાત શરૂઆતમાં ન ગમી પણ ખુલ્લેઆમ જાહેરાતથી સારું જ થયું. વિનોદને પોતાની હેસિયતની અત્યારથી જ ખબર પડી જાય એ સારું. પણ હવે હું મુખ્ય પ્રધાન બનીશ પછી બધું નક્કર કરવું પડશે. નાના-મોટા ટુકડા નાખીને બધાને મારા કરી લઈશ, પછી ભલે એ મા-દીકરો ઘરની અંદર સ્થાનિક સંગઠન સંગઠન રમતાં... સૌને એની નાની-યુવાન ઉંમર દેખાય છે, તો મારા અનુભવ-પીઢતા નથી દેખાતાં? પક્ષ માટે મેં મારું લોહી અને પરસેવો વહાવ્યાં છે. શરીર અને જવાની ઘસી નાખી. રાજ્ય અને જનતાની સમસ્યાની

એ અમેરિકાથી આવેલા છોકરાને કેટલી ગતાગમ છે? જરા સમજો કે હજી કાલે રાજકારણમાં આવેલા એ છોકરાનો મારી સાથે મુકાબલો કેવો? હજી તો એના કમ્પ્યૂટર ગેમ્સ રમવાના દિવસો જાય છે, સમજ્યા?' આ સાથે બર્વેને લંડનમાં ભણતી રંજિતા અને ન્યૂયૉર્કમાં રહેતો દીકરો પ્રિન્સ યાદ આવ્યાં. તેણે હોશભેર બંનેને ફોન કર્યા, 'તરત મુંબઈ માટે રવાના થાવ. મારી શપથવિધિ તમારા વિના થોડી થવાની?'

*

**રાહુલ શુક્લની ડાયરી**

*રાજાભાઉ બર્વેને ખાતરી હતી કે હવે પોતે જ મુખ્ય પ્રધાન છે, માત્ર શપથવિધિની ઔપચારિકતા બાકી છે. વિનોદ ક્વીન મા રાજ્યના સૌથી યુવાન ચીફ મિનિસ્ટર બનવાનાં સપનાં જોતો હતો. નંદકિશોરને લાગતું હતું કે મારો દીકરો મુખ્ય પ્રધાન બનશે, તો અશોક આનંદને લાગતું હતું કે મારો માણસ સીએમની ગાદી પર બેસશે. ક્વીન માને ક્યારેક બકિંગહામ પૅલેસમાં પોતે ક્વીનની બાજુમાં બિરાજમાન દેખાતી હતી, તો ક્યારેક રાષ્ટ્રપતિ ભવનમાં. પણ સસ્પેન્સના સૌથી મોટા, ક્રૂરતમ શહેનશાહ સમયે પોતાનાં પત્તાં હજી એકદમ છાતીસરસાં ચાંપી રાખ્યાં હતાં. શું નીકળશે એમાં?*

## ૪

### બ્રેકિંગ ન્યૂઝ

> *સ્થાનિક ગૌરવ સંગઠનમાં બહુમતી મેળવવાની હુંસાતુંસીથી રાજ્યના રાજકારણમાં ધરતીકંપનો અણસાર... અન્ય પક્ષના વિધાનસભ્યોય રાજાભાઉ બર્વે અને વિનોદ ક્વીન માને ટેકો આપશે? બંને દાવેદાર વચ્ચે બેઠક યોજવાની કવાયત શરૂ?*

*

જેના નામ પર ચોકડી મારી એના જ હાથમાં પાંચ-પાંચ વર્ષની સુખ, સલામતી, સપનાં અને શાંતિની જવાબદારી સોંપવી એ પ્રક્રિયા-વ્યવસ્થા જ કેટલી વિરોધાભાસી અને ક્રૂર છે. પાછા સૌથી વધુ ચોકડી મેળવનારા વધુ ને વધુ ચોકડીપતિઓની ટોળકી બનાવીને આપણી આંખમાં ધૂળ ઝોકવામાં સતત રચ્યાપચ્યા રહે, ઉલ્લુ બનાવતા રહે અને... અને ક્યારેક તો આપણને જાણ સુધ્ધાં ન થાય.

આ તમાશાના વર્ષો જૂના ખેલાડી કરસનદાદા શિંગોટેએ લાંબું વિચાર્યા બાદ વિનોદ ક્વીન માને ફોન જોડ્યો. છેલ્લાં ૧૮ વર્ષથી નાયબ મુખ્ય પ્રધાન રહેલા શિંગોટેને સત્તાની લત લાગી ગઈ હતી. બે નંબરની મિલકતનો લાંબો પથારો સાચવવામાં પણ એમને સીધી નહીં તો આડકતરી રીતનીય સત્તા વગર ચાલવાનું નહોતું. કેટકેટલાં કૌભાંડોનાં હાડપિંજરો બહાર નીકળવા અંધારિયા કબાટમાં ચીસાચીસ કરતાં હતાં અને એમાંથી બે-ચાર બહાર આવે તો પોતાનાં વર્ષો જૂના મુખ્ય પ્રધાન બનવાનાં સપનાં સ્મશાનવત્ થઈ જાય એ નક્કી. નવા શાસક પક્ષમાં પુલ બાંધવા માટેની સૌથી હાથવગી અને નબળી કડી લાગી

વિનોક ક્વીન મા. પહેલી વાર વિનોદે ફોન ન ઉપાડ્યો, કારણ કે એ ફ્રેશ થઈ રહ્યો હતો.

બે પળ કંઈક વિચારીને શિંગોટેએ અશોક આનંદનો નંબર જોડ્યો. અશોક તો મોબાઇલ ફોનમાં નામ જોઈને ગેલમાં આવી ગયો. ડોસો કેવો મને સતાવતો, દોડાવતો હતો ને પજવતો હતો. અશોક જાણતો હતો કે રાજાભાઉ બર્વે અને શિંગોટે મહારાષ્ટ્રના એક જિલ્લાના છે. જો બર્વે મુખ્ય પ્રધાન બને તો શિંગોટેની કારકિર્દી ખતમ જ સમજો?

અશોક વધુ પડતી વિનમ્રતા સાથે બોલ્યો, "નમસ્તે સર, કૉંગ્રેચ્યુલેશન. સતત છઠ્ઠી વાર જીત્યા આપ."

"જીત્યા તો ઠીક મારા ભાઈ... એ ક્યાં નવી વાત છે?"

"જી હા, એકદમ સાચી વાત. બોલો સર, શું સેવા કરું?"

"અરે ભાઈ, હવે તો અમે સેવા કરીશું તમારા વિનોદજીની. એટલું કહેવા જ ફોન કર્યો હતો કે જરૂર પડ્યે હું એમની સાથે છું. ભૂતકાળમાં ક્વીન માએ મારાં કામ કર્યાં છે. હવે મારો વારો આવ્યો તો પાછા કેમ પડાય?"

"થૅન્ક યુ. હમણાં દસેક મિનિટમાં આપને વાત કરાવું સર સાથે. થૅન્ક યુ સર."

રોજની આદત મુજબ નવ વાગ્યે ફ્રેશ થઈને વિનોદ બગીચામાં સજાવીને મૂકેલા ટેબલખુરશી પર ગોઠવાયો. બે મિનિટમાં જ ચા-કૉફી આવ્યાં. વિનોદ અખબાર ઊંચકે એ અગાઉ અશોક બોલ્યો, "આજના અને તાજા ગુડ ન્યૂઝ હું આપું. શિંગોટે તને સપોર્ટ કરવા તૈયાર છે."

"શું કરસનદાદા શિંગોટે! હોય નહીં?"

"રાજકારણમાં, પ્રેમમાં અને યુદ્ધમાં કંઈ અશક્ય નથી અને આ કમાલ માટે મને થૅન્ક યુ કહીને શિંગોટે સાથે વ્યવસ્થિત વાત કર. એને એક વિનંતી કર."

"કેવી વિનંતી?"

દૂરથી રસોઈયાને ઑમલેટ અને બ્રેટ-બટર લઈને આવતો જોઈને અશોક ધીમા અવાજે વિનોદના કાનમાં ગુસપુસ કરવા માંડ્યો. વિનોદ એકદમ સ્તબ્ધ થઈ ગયો પળભર. પછી ખુશીથી અશોકની પીઠ પર શાબાશીનો ધબ્બો માર્યો.

દૂરથી આવતા પી.એ. રાજેશ શિંદેને હાથ ઊંચો કરીને વિનોદે રોક્યો. 'દશ મિનિટ પછી પ્લીઝ.' શિંદે પાછો વળી ગયો, પણ એને ગમ્યું નહીં. વિનોદની હાજરી અને વધતું મહત્ત્વ એને ખટકતાં હતાં. આ ખેપાની અશોક ક્યાંક મને દૂર કરી દેશે વિનોદથી. પછી શું મારે ગામભેગા થઈ જવાનું? ના, ના. તેણે

બર્વેના પી.એ. રાઘવનને મૅસેજ કર્યો, 'શું ચાલે છે? કંઈ નવીન?'

સામેથી રાઘવનનો જવાબ: "ઑલ વૅલ. સાહેબ એકદમ ખુશ."

આ મૅસેજ વાંચતી વખતે જ દરવાજાની આડાશથી શિંદેએ જોયું કે અશોક પોતાનો ફોન વિનોદને આપી રહ્યો હતો. પણ વિનોદે જે કીધું એ એને ન સંભળાયું. "ના, ના. તારા મોબાઇલથી નહીં, મારા ફોનથી વાત કરું તો સારું લાગશે. બોલ નંબર."

અશોકે શિંગોટેનો નંબર આપ્યો, વિનોદે એ ડાયલ કર્યો. "નમસ્તે શિંગોટે સર... જી હા, મુઝે બતાયા અશોકને... થૅન્ક યુ વેરી મચ... આપ કા સપોર્ટ હી નહીં, આશીર્વાદ ભી લગેગા... સર એક નાનકડી વિનંતી છે... આપના થોડા વિધાનસભ્યોને બોલો કે બર્વેને ફોન કરીને ટેકો આપે. ભલે એવુંય કહી દે કે આમાં શિંગોટે સાહેબનાય આશીર્વાદ છે જ. એટલે શું બર્વે બહુમતીના ભ્રમમાં અને અવિશ્વાસમાં રહેશે. આટલું કરાવી આપશોને સર? પ્લીઝ..."

શિંગોટેને ખરેખર આ આઇડિયા ગમ્યો. આ રીતેય બર્વે સાથે પુલ બંધાતો હોય તો સારું જ છેને! કદાચ વિનોદને બદલે એ સી.એમ. બને તો પોતાને થોડી ઘણી રાહત તો મળે જ. ગુલાબજાંબુ હાથમાંય રહે અને મોઢામાંય જાય એવી લાગણી થઈ શિંગોટેને. તેણે રાજીખુશીથી પ્રોમિસ આપી દીધું.

અને શિંગોટેના ફોન બાદ બર્વે વિચારમાં પડી ગયો. જિલ્લામાં વરસોથી મારી પાછળ પડી ગયેલો શિંગોટે કેવો નરમઘેંસ થઈ ગયો. સત્તાની તાકાત છે, કમાલ છે આ. હજી હાથમાં આવી નથી સત્તા ત્યાંથી આ સ્થિતિ છે તો... પણ એ સત્તા આટલી નજીક આવીને હાથમાંથી ન જવી જોઈએ. વધુ વિચારે એ અગાઉ બર્વેને શિંગોટેના નિકટતમ્ સાથીઓના એક પછી એક ફોન આવવા માંડ્યા: "હમ આપકે સાથ હૈ, યાદ જરૂર કરના."

રાજાભાઉએ મૂછને વળ દઈને પોતાની દાયકાઓથી વફાદાર એવી ખાખી બીડી હોઠ પર લગાવી. તરત જ દોડીને પી.એ. રાઘવને લાઇટર પેટાવ્યું. લાંબા કસ મારવા સાથે મોઢામાં અંદર જતાં ધુમાડા ઈંધણની ગરજ સારતા હતા. રાઘવનને આદેશ આપ્યો, "આપણા ખાસ સપોર્ટરમાંથી એક-એકને ફોન લગાવ તો..."

એક-એક જણ સાથે ફોન પર વાત થવા માંડી. કોણ ટેકો આપશે? કેટલામાં? રોકડા લેશે કે મંત્રાલય? રાજકારણની ગંદકી વિગતવાર ચર્ચાવા માંડી. આ ચર્ચાને અંતે રાજાભાઉનો વિશ્વાસ રાજાબાઈ ટાવરને આંબી ગયો. હવે હું જ મુખ્ય પ્રધાન બનીશ એ નક્કી. જોકે એક જૂના રાજકારણીએ આપેલી સલાહ

વાજબી લાગી: 'દુશ્મનને ભ્રમમાં રાખવામાં વાંધો શું છે? એને લાગવા દે કે તું નબળો છે. છેલ્લી ઘડીએ ધોબીપછાડ આપી દેવાની. ધ્યાનથી સાંભળ અને વિચાર કે હું શું કહું છું. એમ કરી જોવામાં વાંધો છે શું?'

સતત ત્રીજી સળગેલી બીડી પરની રાખને ખંખેરવા આંગળીને આંચકો આપીને બર્વેએ રાઘવનને નજીક બોલાવ્યો, "પેલા વિનોદના પી.એ.ને ફોન કર... એને બોલ કે સાહેબ મળવા માગે છે..."

"સ... સર... આપ વિનોદજીને મળવા માગો છો?"

"આંચકો લાગ્યોને? સૌને લાગશે. જોઈએ તો ખરા કે તેનામાં કેટલું તેલ છે... સાથોસાથ શક્ય હોત તો સોદાબાજીય કરી લઈએ. ક્વીન માનો દીકરો છે. ડેપ્યુટી ચીફ મિનિસ્ટર માટે માની જાય તો ઘીના ઠામમાં ઘી પડ્યું રહેને..."

"પણ સરકારમાં આવીને એ અંદરથી ભાંગફોડ કરશે તો?"

"સરકારમાં મારા ઇશારે વર્તવું પડશે. બહાર ભુરાયા ઢોરની જેમ રખડશે. જોખમી કોણ?"

"સર યુ આર રાઇટ... કરું ફોન...?"

રાઘવન અને રાજેશ શિંદેની વાતચીતમાં પોતપોતાના સાહેબની મંજૂરીથી નક્કી થયું કે કાલે સવારે નવ વાગ્યે જૂહુના બંગલો પર મળવું. પોતે જૂહુ મળવા જાય એ બર્વેને ન ગમ્યું. પણ બધું ગોઠવાઈ જતું હોય તો એમાં વાંધો શું? ગરજે ગધેડાનેય બાપ કહેવો પડે. સત્તા પર આવ્યા પછી એને રોજેરોજ ડફણાં ક્યાં નથી મરાતાં?

બર્વેથી બરાબર ઊંધું વિનોદ વિચારતો હતો. તેણે હસીને અશોકને કહ્યું, "ડોસાને હકીકત સમજાઈ ગઈ લાગે છે. નહીંતર સામેથી મળવા થોડો આવે? ભલે આવે. મને મળવા આવવાની આદત જેટલી વહેલી પડે એટલી સારી. એય સમજે છે કે હું ક્વીન માનો દીકરો અને પાછો સી.એમ. થાઉં એટલે સર્વોપરી જ બની જાઉંને."

બંને મળવાના છે એ જાણીને શિંગોટેના દિમાગમાં ત્રિ-રાશિ મુકાવા માંડી: નથી કોઈ નમવા માગતું કે નથી કોઈની બહુમતી સ્પષ્ટ લાગતી. આ સંજોગોમાં પોતે એક દાવ શા માટે ન ખેલે? તેણે મોવડીમંડળની મંજૂરી માગી કે સ્થાનિક ગૌરવ સંગઠનમાં ફાટફૂટ પડતી હોય તો એક જૂથના ટેકાથી હું મુખ્ય પ્રધાન બની શકું? રાજ્યમાં જૂના સી.એમ. રાજકિશોર પાટિલનો ખાતમો ઇચ્છતી દિલ્હીની નેતાગીરીએ એકાદ કલાકમાં ગ્રીન સિગ્નલ આપી દીધું ને સાથે ચેતવણી: બધો વાંક એમની ફાટફૂટનો દેખાવો જોઈએ.

પછી દિલ્હી, મુંબઈ અને મહારાષ્ટ્રની રાજકીય પ્રવૃત્તિમાં એકાએક ઉછાળો આવ્યો. શિંગોટે જૂથના સભ્યોએ અખબારી સમીક્ષકો થકી હાર માટે મુખ્ય પ્રધાન પાટિલ પર દોષનો ટોપલો ઢોળવાનું શરૂ કરી દીધું. સાથોસાથ પ્રવર્તમાન રાજકીય સંજોગોમાં મોવડીમંડળે શિંગોટેને છૂટોદોર આપ્યાની વાતોય ઉડાડવામાં આવી. જૂના મુખ્ય પ્રધાન પાટિલના સમર્થકો શિંગોટેની ગુડ બુકમાં આવવા તલપાપડ થઈ ગયા. આનાથી પોરસાઈને શિંગોટેએ એક ફોન કર્યો, "એક કામ કરના હૈ, બડા કામ. પૈસા બહુત હૈ, મગર જોખિમ ભી ઉતના હી હૈ. સુનો..."

*

**રાહુલ શુક્લની ડાયરી**

*૨૪ કલાક ખૂબ મહત્ત્વના હતા. ક્વીન મા પાસે જવા આડે કલાકો હતા. વિનોદને વિશ્વાસ હતો, તો બર્વેને ખાતરી. શિંગોટે માત્ર પોતાનું મહત્ત્વ જતાવવા ફાંફાં મારતો હતો કે કોઈ ખાસ પ્લાન? ન્યૂઝ ચેનલમાં અચાનક વિનોદ, રાજાભાઉ સાથે શિંગોટેનો ત્રિકોણ બની ગયો.*

# ૫

## બ્રેકિંગ ન્યૂઝ

*મહારાષ્ટ્રના મુખ્ય પ્રધાનના નામની આજે જાહેરાત... રાજાભાઉ બર્વે અને વિનોદ ક્વીન મા વચ્ચે છેલ્લી ઘડીની જોરદાર રસ્સીખેંચ... બંને છાવણીના બહુમતીના દાવા વચ્ચે બર્વે ફોટો-ફિનિશ રેસમાં સહેજ આગળ... માજી નાયબ મુખ્ય પ્રધાન કરસનદાદા શિંગોટેની છાવણીમાં વિચિત્ર ચહલપહલ... પૉલિટિકલ સોલ્યુશનનો કાઉન્ટડાઉન શરૂ... સવારે આઠ વાગ્યા છે, દશ કલાકની રાહ...*

*

મોડી રાત સુધી વિનોદ ક્વીન મા અને અશોક આનંદ ઑન ધ રૉક્સ ઇમ્પોર્ટેડ સ્કૉચની ચુસકી સાથે હિસાબ માંડી રહ્યા હતા. એક જ શ્વાસે પેગ ગળા નીચે ઉતારીને વિનોદે પૂછ્યું, "વિધાનસભ્યો અને મળનારી રકમનો આંકડો શું છે?" અશોકે વિનોદનો ઇમ્પોર્ટેડ વ્હીસ્કીનો પેગ ભરતાં જવાબ આપ્યો, "વિધાનસભ્યોની ગણતરી તું રાખ અને રૂપિયાની ગણતરી હું રાખું. હવે બધું હાથવેંતમાં છે, નાનાં નાનાં પ્યાદાં જ નહીં, વઝીર, હાથી-ઘોડા ય સત્તાની શતરંજ પર પોતાનું સ્થાન મેળવવાની ધક્કામુક્કી કરતાં ધસમસતાં આવશે. પણ પૈસાની બાબતમાં ન તારું નામ આવવું કે ખરડાવું જોઈએ. એ બધું હું સંભાળી લઈશ. તું પ્રધાનમંડળની યાદી બનાવ. એમાં અમુક નામના ઉમેરા-બાદબાકીનું સૂચન હું કરીશ.

"તું? ઉમેરા અને બાદબાકી કરીશ?"

"કેમ આશ્ચર્ય થાય છે? વિધાનસભ્યોનો ટેકો મેળવવા માટે તોતિંગ રકમ આપનારા ઉદ્યોગપતિઓ પોતાના વિશ્વાસુને સરકારમાં લાવવા માગતા ન હોય?"

એ જ સમયે રાજાભાઉ બર્વે પણ ઇન્ડિયન સ્કૉચ અને બીડીની કંપનીમાં પી.એ.

રાઘવન સાથે બેઠા હતા. 'તબિયત સારી નથી' કહીને રાઘવને પીવાનું ટાળ્યું. બર્વે ઝડપભેર નીટ વ્હીસ્કી પેટમાં ઠાલવી રહ્યા હતા. ચૂપચાપ બેસેલા રાઘવનને પૂછ્યું, "આજના મેજર ડેવલપમૅન્ટ યાદ કરાવ અને કાલનો એજન્ડા બોલ."

"સર, આપણા ગ્રૂપના વિધાનસભ્યોને રૂપિયા આપવાની ઑફરથી લઈને ડરાવીને પોતાની તરફ ખેંચવાના પ્રયાસ ચાલે છે."

"એ વિનોદને રાજકારણમાં આવ્યા જેટલા દિવસો થયા એટલાં વર્ષોનો અનુભવ છે મને આ બધાનો. આપણી છાવણીમાં આવા નમી જાય કે વેચાઈ જાય એવા વિધાનસભ્યોનાં નામ મને સવારે આપ. એ બધાનો ઇલાજ હું મારી રીતે કરી લઈશ."

"એક ટીવી ચૅનલ થકી એવી શક્યતા વહેતી થઈ છે કે રાજાભાઉ ઊગતા સૂરજને પૂજીને ડેપ્યુટી સી.એમ.ની પોસ્ટ સ્વીકારી લે એવી શક્યતા..."

બર્વેએ ગ્લાસ દૂર ફેંક્યો. "સાવ વાહિયાત વાત છે. મારા સાથીઓ અને વફાદારોને નારાજ કરીનેય હું એક વાર વિનોદને ડેપ્યુટી સી.એમ. બનાવી શકું, પણ રાજાભાઉ બર્વે એની સરકારમાં ડેપ્યુટી સી.એમ. બને? હરગિજ નહીં, ક્યારેય નહીં. પણ... આ લોકો મીડિયા બહુ સારી રીતે મૅનેજ કરે છે. આવા રિપોર્ટથી મારા ટેકેદારોને ગભરાવવા માગે છે. કાલે મને યાદ કરાવજે મીડિયા મૅનેજ કરવા માટે કંઈક ગોઠવવાનું."

"ઓ.કે. સર. અને આ શિંગોટે કંઈક નવાજૂની કરવાના મૂડમાં લાગે છે. એ શું હોઈ શકે?"

"એ મરેલો ઘોડો છે. એની નવાજૂનીમાં માત્ર દફનવિધિ થઈ શકે. આપણી સરકાર બને એટલે વારો આવવાનો..."

"પણ એ તો આપણી સાથે હોવાની વાતો કરે છે..."

"એ અઠંગ રાજકારણી છે. આપણી પાસે આવીને સપોર્ટના એફિડેવિટ પર સહી કરે અને સાથે આવીને રાજ્યપાલને મળે ત્યાં સુધી એનું કંઈ કહી ન શકાય. અરે હા, આપણા સમર્થક વિધાનસભ્યોને કદાચ કોઈ રિસોર્ટમાં રાખવા પડે તો એ વિશે વિચાર કરજે. કાલનો દિવસ એકદમ નિર્ણાયક હશે. મારી તાજપોશી અગાઉના થોડા કલાકમાં ક્યાંય ગરબડ ન થવી જોઈએ. કોઈ કચાશ કે ચૂક માટે અવકાશ ન રહેવો જોઈએ. સામ, દામ, દંડ અને ભેદ અપનાવો... પૈસાની ફિકર છોડી દેજે... અને વિનોદની દિલ્હીની કૉલેજના અને અમેરિકાના યુનિવર્સિટીના દિવસો પછીના કામધંધાની રજેરજની વિગતો સાથેની એક ફાઇલ બનાવી રાખ... તું તું સમ...સમજ્યોને બરાબર?"

હવે રાજાભાઉના અવાજમાં વ્હીસ્કીની અસર દેખાતી હતી. રાઘવન સમજી ગયો કે હવે નીકળવું જોઈએ. પણ એનાં નસીબમાં ક્યાં નિરાંત હતી. એક મોટા ઉદ્યોગપતિને રજેરજની માહિતી રોજ આપવી પડતી હતી. વિનોદના પી.એ. રાજેશ શિંદે સાથે લાંબીલચક વાત થઈ. આ બંને વચ્ચે એક ડીલ થઈ હતી, જે બહાર આવે તો ત્રણ જ વિકલ્પ બાકી રહે. મર્ડર, આપઘાત કે નોકરીમાંથી ગડગડિયું. આમાંથી ત્રીજા ઑપ્શનની શક્યતા સાવ નહીંવત હતી.

*

ભરતીનો સમય હતો. મોજાં એવાં જાશભેર આવતાં હતાં કે જાણે નવી સરકારને ટેકો આપવા આવતાં હોય કે તોડી પાડવા. સવારે સાડાઆઠના સુમારે જૂહુના કિનારે બહુ ઓછી ભીડ હતી. મૉર્નિંગ વૉકવાળા રવાના થઈ ગયા હતા. એક વયોવૃદ્ધ કપલ માંડ માંડ ડગલાં માંડતું આગળ વધી રહ્યું હતું. ધીમે ધીમે ચાલતા પગ, ચારે બાજુ ફરતી નજર વચ્ચે સંજાણમાં વિતાવેલા સોનેરી દિવસોને સંભારતા હતા. પોતે અમેરિકાથી બે-ચાર દિવસ આવે ત્યારે કામકાજ વચ્ચે મમ્મી-પપ્પાને મળી શકાય એટલે દીકરાએ વિલે પાર્લેમાં વન બેડરૂમનો ફ્લૅટ પરાણે લીધો હતો. પણ પારસી યુગલ જમશેદ અને રૂબીને પાર્લામાં સતત સંજાણનો વિરહ સાલતો હતો.

દરિયાકિનારે સંજાણનો વિરહ હતો તો કિનારાને અડીને આવેલા બંગલો ‘પાવર હાઉસ’ની અંદર સત્તાનો વિરહ. વિનોદ ફ્રેશ થતી વખતે વિચારતો હતો કે “આ બર્વે જાય એટલે ફોન કરીને મા પાસે પહોંચી જાઉં. મારા સમર્થકોની યાદી આપી દઉં. જેના નામ નહીં દેખાય એને મનાવવા માનો એક ફોન પૂરતો છે. સાંજે પક્ષની બેઠકમાં પોતાના નામની જાહેરાત, કાલે રાજ્યપાલ પાસે દાવો નોંધાવીશું અને પરમ દિવસે સરકારની રચના. મારી સરકારની રચના.”

રેઝર ચલાવતા વિનોદના હોઠ પાસે લોહીનાં ટશિયાં ફૂટી નીકળ્યાં. એ બબડ્યો: “યુ ઑલ્ડ મૅન, તારા વિશે વિચારવામાં મારું લોહી વહી ગયું છે. આની કિંમત તારે ચૂકવવી પડશે, ખૂબ આકરી કિંમત. અત્યારે ભલે થોડા વિધાનસભ્યોનો તને ટેકો હોય, પણ તું જઈશ ત્યારે સાવ એકલો હોઈશ.”

આ રોષ વચ્ચે બાથરૂમના દરવાજા પર પડેલા ટકોરાએ વિક્ષેપ પાડ્યો. એને અશોકનો અવાજ સંભળાયો. “બર્વેજી આવી ગયા છે.”

“અચ્છા કેટલા વાગ્યા?”

“નવમા પાંચ કમ છે યાર... જલદી બહાર આવ.”

“ઓહ... નો... આજે બાથરૂમમાંથી થોડો મોડો જ બહાર નીકળીશ... થોડી

વાર ટબમાં પડ્યો છું. તું એને ચા-કૉફી ઑફર કર. બગીચામાં બેસાડ, હું આવું છું દસેક મિનિટમાં."

"અરે યાર, આવું સારું લાગે?"

"ડોસાના ભલા માટે કહું છું. તેણે જીવનમાં રોજેરોજ મને મળવા માટે રાહ જોવી પડશે. એ આદતની પ્રેક્ટિસ ભલે આજથી જ પડવા માંડતી."

"પણ વિનોદ..."

"તું જા... કહ્યુંને આવું છું હું."

રિંગ વાગી એટલે વિનોદે કંટાળા સાથે મોબાઇલ ફોન ઉપાડ્યો. "પોદારજી ડૉન્ટ વરી. આપ સિર્ફ જરૂરી ઇન્તેજામ કરીએ. વૈસે ભી બર્વે કા એક પૈર કબ્રમેં હૈ. વહ કુછ નહીં કર પાયેગા. ઉસકો ચૂપ કરાને કા ઇંતજામ મૈંને કરવા રખા હૈ. એક બાર આને તો દો મેરે બંગલે પે."

અશોક ઉતાવળે પગલે ગયો. બર્વેને પગે લાગ્યો. "વેલકમ સર, આપે મારો બંગલો પાવન કર્યો."

બર્વે હસી પડ્યો. "ભાઈ, આ એક બંગલો પાવન કર્યો એ કર્યો. તારી બધી પ્રોપર્ટી પાવન કરવા ન બોલાવતો. હવે એવો ટાઇમ નહીં મળે તને ખબર છેને?"

"અરે સર... એક આ બંગલો છે, ને કફ પરેડમાં નાનકડું ઝૂંપડું છે બસ."

"દિલ્હી, કોલકાતા, દુબઈ અને લંડનમાં શું શું છે એ યાદ કરાવું?"

"અરે અરે... બસ આપ જેવા વડીલોના આશીર્વાદ છે. કાયમ માથા પર હાથ રાખજો."

"ભલે ભલે, પણ તારો દોસ્ત છે ક્યાં?"

"તૈયાર થઈ ગયો છે. આવ્યો જ સમજો. ત્યાં સુધી આપ બેસો ગાર્ડનમાં, હું ચાની વ્યવસ્થા કરાવું."

"એને બરાબર દૂધ પીવડાવ્યું કે નહીં? નહીંતર બચ્ચાં નબળાં પડી જાય હો..." આટલું બોલીને બર્વે ખડખડાટ હસવા માંડ્યો.

અશોક કંઈ જવાબ આપ્યા વગર તરત રાજાભાઉ બર્વે અને રાઘવનને લઈને બગીચામાં ગયો. કપડાની એક રંગબેરંગી છત્રી નીચે મોટું ટેબલ અને આસપાસ પાંચેક ખુરશી હતી. દરિયા પરથી આવતા પવનથી બર્વે ખુશ થઈ ગયા. તેણે રાઘવનના કાનમાં ફૂંક મારી. "સીએમ બન્યા બાદ સૌથી પહેલાં જૂહુમાં બંગલો લેવો છે. યાદ કરાવવાનું ભૂલી ગયો તો આવી બન્યું હો." રાઘવને સ્મિત સાથે માથું હલાવ્યું. એ પછી પાછળ નોકર ચા-કૉફી અને બિસ્કિટની ટ્રે લઈને આવ્યો. ટેબલ પર સવારના ઘણાં અખબાર વ્યવસ્થિત ગોઠવીને મુકાયેલાં હતાં. બર્વે

ખુશ થઈ ગયા. "સ્વાગતની રીત ગમી મને."

"અરે સર, વિનોદજી રોજ સવારે નવ વાગ્યે અહીંથી જ દિવસની શરૂઆત કરે એટલે..."

"તો પછી બોલાવો એને નવા શ્રીગણેશ કરવા માટે."

'હા જી સર બોલાવી લાવું તરત જ', કહીને અશોક ઉતાવળે પગલે દોડ્યો. રાઘવને ચાનો કપ ભરીને બર્વેને આપ્યો. બર્વેએ એક ઘૂંટ માર્યો, "સરસ ટેસ્ટ છે. મારા બેટાને બધું તૈયાર ભાણે મળે તો જલસા કેમ ન કરે?" બર્વેએ ડિશમાંથી એક બિસ્કિટ ઉપાડ્યું. અચાનક સામેની ભીંત પરથી કંઈક અવાજ આવતાં નજર ત્યાં ગઈ. પાછળ ઘૂઘવતો દરિયો અને બંગલોની ભીંત પર એક વાનર. બર્વેને હસવું આવી ગયું. "મારી સત્તા આવવાની છે એટલે તુંય ટેકો આપવા આવી ગયો. આપણો નિયમ છે ખાઓ અને ખાવા દો. લે આ તારું ઇનામ."

બર્વેએ બે બિસ્કિટ વાનર તરફ ફેંક્યા. એની નકલ કરતાં વાનરે સામે કંઈક ફેંક્યું અને બર્વેના પગ પાસે પ્રચંડ વિસ્ફોટ થયો. ધડાકા, આગ અને મરણતોલ ચીસોથી માહોલ લોહીમાંસના ટુકડાઓથી લથપથ થઈ ગયો.

*

**રાહુલ શુક્લની ડાયરી**

> *સત્તાનાં શમણાં સાકાર કરવાની ક્રૂર સ્પર્ધામાં લોહીનું પહેલું ટીપું રેલાયું... બર્વેનું કાસળ કાઢી નાખવાનું કાવતરું હતું આ? મહારાષ્ટ્રના તો ઠીક, દેશના રાજકારણમાં ક્યારેય આવી ખૂની બાદબાકી કે જીવલેણ ભાગાકાર નહોતા થયા, તો આ શેની શરૂઆત હતી?*

# ૬

## બિગેસ્ટ બ્રેકિંગ ન્યૂઝ

*મુખ્ય મંત્રીપદ કે દાવેદાર રાજાભાઉ બર્વે પર દિનદહાડે હમલા... રાજ્ય કી રાજનીતિ કા ખૂની ચહેરા સામને આયા... ક્યા આપસી રંજીશ કા પરિણામ?... પ્રતિસ્પર્ધી વિનોદ ક્વીન મા કે બંગલે પર હી હુઆ હમલા...*

*

જૂહુના બંગલો 'પાવર હાઉસ'માં આઠ મિનિટ પહેલાં જીવન હતું, આશા હતી, સપનાં હતાં. પણ હવે બૉમ્બ વિસ્ફોટથી જખમી રાજાભાઉ બર્વે ઊંધા માથે પડ્યા હતા. શરીરમાં ક્યાંય કોઈ હલનચલન નહોતું. બિસ્કિટના ફંગોળાયેલા ટુકડા રક્તરંજિત થઈ ગયા હતા. બૉમ્બ પડ્યો ત્યાં એક-દોઢ ફૂટ ઊંડો ખાડો પડી ગયો હતો. થોડે દૂર રાઘવન પડ્યો હતો, એના શ્વાસ ધીમા ધીમા ચાલતા હતા.

વિસ્ફોટના અવાજથી આંચકો અનુભવ્યા બાદ બે ઘડીમાં સ્વસ્થ થયેલો અશોક આનંદ બહાર દોડી આવ્યો, પણ કાચનો દરવાજો ઓળંગીને બગીચામાં જવાની હિંમત ઓળંગી ન શક્યો. હજી હુમલાખોર હોય કે બીજા બૉમ્બ પડ્યા હોય તો? વિનોદ ક્વીન મા તો બાથરૂમમાં જ થરથર ધ્રૂજવા માંડ્યો. બે-ચાર મિનિટે કળ વળતાં ફફડાટ સાથે આજુબાજુ જોયું ને બૂમ પાડવા માંડ્યો. અશોક... અશોક... એય અશોક... પણ અશોક સુધી એનો અવાજ પહોંચતો નહોતો કદાચ... થોડી વારે મહામથામણે હિંમત એકઠી કરીને વિનોદ બહાર આવ્યો. પરસેવે રેબઝેબ ચહેરા અને ડરતી ચાલે એ દરવાજા સુધી

પહોંચ્યો. નજીક અશોકને જોઈને કંઈક હાશકારો અનુભવ્યો. અશોકના ખભા પર તેણે હાથ મૂક્યો તો અશોક એકદમ છળી પડ્યો. પરંતુ બગીચાનું દશ્ય જોઈને વિનોદ ત્યાં જ ફસડાઈ પડ્યો.

અશોકે વિનોદને ઊભો કર્યો. "તું... તું... અંદર જા. તારી સલામતીનો સવાલ છે. જા...જા... જલદી." લેશમાત્ર વિરોધ કર્યા કે કંઈ બોલ્યા વગર વિનોદ અંદર જતો રહ્યો અને હીબકે હીબકે રડવા માંડ્યો. અશોકે જોયું કે ધડાકાને લીધે બંગલોની આસપાસ ભીડ જામવા માંડી છે. તેણે તરત જ મોબાઇલ ફોન ડાયલ કર્યો, "જૂહુ પોલીસ સ્ટેશન?"

*

હજી ટેબલ પર બેસતાવેંત ફોન આવ્યો એ નારાયણન કપૂરને કાળ જેવું લાગ્યું. રાતના એક મોટા ફિલ્મ સ્ટારના નબીરાએ પોતાની પોશ સોસાયટીમાં દારૂના નશામાં લેટેસ્ટ કાર ચાર-પાંચ મોંઘી ગાડી સાથે અથડાવી હતી. આ નબીરાના બાપાના કૉન્ટેક્ટ એટલા મોટા અને ખોટા કે કોઈની હિંમત પોલીસ ફરિયાદ કરવાની નહીં. છતાં ત્રણેક વગદાર માણસોની ખાનગીમાં રાવ આવી, એટલે જૂહુ પોલીસ સ્ટેશનના ઇન્ચાર્જ તરીકે નારાયણન કપૂરે ત્રણ-ચાર કલાક વંઠેલા ફિલ્મ સ્ટાર સાથે વિતાવવા પડ્યા. સારો દારૂ પીધો, નબીરાને સમજાવ્યો. પણ બાપ-બેટા એ જીદ છોડતા નહોતાઃ 'આ વાત કરી કોણે તમને?' માંડ માંડ પીછો છોડાવી નારાયણન રાતે અઢી વાગ્યે ઘરે પહોંચ્યો.

બહારથી ગમે તેટલા વાગ્યે પહોંચે, જમવાનું ઘરે જ. નારાયણને ઈડલી-ચટણી ખાધા અને ઉપર ફ્રિજમાંથી કાઢીને લસ્સીનો ગ્લાસ પીધો. ચેન્નાઈની શાંતિપ્રિયા અને ચંડીગઢના ઓમી કપૂરનું એકમાત્ર સંતાન એટલે નારાયણન કપૂર. બાળપણથી જ મુંબઈનો મોહ. કેવી અદ્ભુત માયાનગરી છે? રજનીકાંતની ફિલ્મમાં પહેલી વાર મુંબઈ જોયું. પછી જીદ કરીને મુંબઈમાં ભણ્યો. હૉસ્ટેલમાં રહેવાનું, ને વેકેશનમાં ચેન્નાઈ. નસમાં વહેતા બે અલગ અલગ લોહી એમાં ભળ્યાં મુંબઈનાં રંગ, સંગ અને સપનાં. હજી પાંચેક મહિના અગાઉ સાત આંકડાની રકમ ગમેતેમ મૅનેજ કરીને જૂહુમાં પોલીસ સ્ટેશનના ઇન્ચાર્જ તરીકે આવેલો. સિનિયર પોલીસ ઇન્સ્પેક્ટર નારાયણન કપૂર. આમેય નવી સરકાર આવવાના વિચારમાત્રથી અપસેટ હતો. હવે ગમે ત્યારે બદલી આવી પડે. ખૂણેખાંચરે નકામા પોલીસ સ્ટેશનમાં બેસાડી દે તો સાત આંકડાની રકમ વસૂલ કેવી રીતે થાય? અત્યાર સુધીની બે નંબરની આવકની બચત, દોસ્તોની મદદ અને ગુનેગારો પાસેથી લીધેલી રોકડ લોન ચૂકવવી કઈ રીતે? અન્ય ઘણાની જેમ સ્થાનિક

ગૌરવ સંગઠનને સ્પષ્ટ બહુમતી કેવી રીતે મળી એ નારાયણનને સમજાયું નહોતું ને જરાય ગમ્યું નહોતું.

પોલીસ સ્ટેશનમાં પહેલી ફિલ્ટર કૉફી પીધા બાદ જ એનું મગજ કામ કરી શકતું હતું. પણ કૉફી પહેલાં ફોન આવ્યો, ને નારાયણન ઊભો થઈ ગયો. "વ્હૉટ? કિધર?" તરત જ ચાલવા માંડતાં બોલ્યો, "ચાર-પાંચ હવાલદાર સાથ ચલો." જીપને માંડ ત્રણ-ચાર મિનિટ થઈ ઘટનાસ્થળે પહોંચતા. સ્થિતિ જોતાવેંત નારાયણને આદેશ આપ્યો, "બૉમ્બ સ્કવૉડ, ડૉગ સ્કવૉડ બુલાઓ. ઍમ્બ્યુલન્સ, ફૉરેન્સિક ટીમ... એકદમ અર્જન્ટ... ક્લૉઝ ધ ડોર... કોર્ડન ક્રાઇમ સીન એરિયા... સબ દૂર ખડે રહો..."

આટલું ઝડપભેર બોલી લીધા બાદ એ ડરતાં ડરતાં ધીમે પગલે બ્લાસ્ટના સ્થળે પહોંચ્યો. બ્લાસ્ટવાળા ખાડાની નજીક પડેલા માનવઅવયવને જોઈને ચીતરી ચડી એને. થોડે દૂર પડેલો માણસ કંઈક અંશે જોઈ શકાય એવી હાલતમાં હતો.

નારાયણન કપૂરે પાછા ફરીને અશોક આનંદને પૂછ્યું, "તમે ફોન કર્યો હતો?"

"હા, હું અશોક આનંદ. આ મારો બંગલો છે."

"અને ત્યાં પડેલા માણસો?"

"રાજાભાઉ બર્વે અને એમના પી.એ."

"રાજાભાઉ એટલે લીડરજી... ચીફ મિનિસ્ટર બનવાના છે. આઇ મીન બનવાના હતા એ?"

"હા, એ જ."

"ઓહ માય ગૉડ." આટલું બોલીને નારાયણન કપૂરે તરત જ પોતાના ઝોનના ડી.સી.પી. એટલે કે ડેપ્યુટી કમિશનર ઑફ પોલીસ રતન બલસારા અને પોલીસ કમિશનર પીટર ડિ'કોસ્ટાને ફોન કર્યો. પછી ફરી અશોક સામે જોયું.

"આ બંનેને મારી નાખવા માટે તેં જ બોલાવ્યા હશેને?"

"ના, ના. પોતે આવ્યા હતા સામેથી."

"કેમ, તું એટલી મોટી તોપ છો કે તને સામેથી મળવા બર્વે આવે?"

"મને નહીં, વિનોદ ક્વીન માને મળવા આવ્યા હતા."

"વ્હૉટ? ક્યાં છે વિનોદ ક્વીન મા? ક્યાંક બ્લાસ્ટમાં...?"

"ના, ના. એ અંદર છે."

"સલામત છે?"

"હા, એકદમ સલામત."

"ચાલ મને જોવા દે. લઈ જા એમની પાસે..."

પી.એસ.આઈ. નારાયણન કપૂર અને અશોક આનંદ અંદર ગયા તો વિનોદ ગુમસૂમ બેઠો હતો. નારાયણને એકદમ નજીક જઈને ખભા પર હાથ મૂક્યો તો વિનોદ સાપ જોઈ ગયો હોય એમ ઊછળી પડ્યો.

"ત... ત... તમે ઇન્સ્પેક્ટર?"

"હા, હું નારાયણન કપૂર, ઇન્ચાર્જ જૂહુ પોલીસ સ્ટેશન. આર યુ પરફેક્ટલી ઓકે?"

"યસ, યસ થેન્ક યુ. પણ આ શું થઈ ગયું?"

પી. એસ. આઈ. નારાયણન કપૂરનું મગજ બહેર મારી ગયું. આવું ક્યારેય વાસ્તવિકતામાં તો ઠીક, સાઉથની ફિલ્મમાંય નહોતું જોયું. તરત જ એને કંઈક સૂઝ્યું ને તેણે વિનોદ સામે જોયું.

"તમે તો દાદર રહો છો, તો અહીં?"

"સર, મારી કૉન્સ્ટિટ્યુસન્સી નજીક છે. ચૂંટણી અગાઉથી અહીં જ છું. આવવા, જવાનું અને કાર્યકરોને મળવામાં સરળ પડે. આ મારા દોસ્ત અશોક આનંદનો બંગલો છે. સાવ ખાલી હતો. તેણે બહુ આગ્રહ કર્યો એટલે હું અહીં જ રોકાઈ ગયો. મને મળવા જ રાજાભાઉ બર્વે સાહેબ આવ્યા હતા."

"પછી?"

"અમે નવ વાગ્યે મળવાના હતા. તેઓ આવ્યા એટલે અશોકે ગાર્ડનમાં બેસાડ્યા. હું ફ્રેશ થઈને પહોંચું એ અગાઉ તો..." ત્યાં જ વિનોદના ફોનની ઘંટડી વાગી, તેણે ઇન્સ્પેક્ટર સામે જોયું, પછી ફોન ઉપાડ્યો. "હા મા, સાચી વાત છે. ખબર નહીં કોણે કર્યું... હું સલામત છું... ચિંતા ન કરો પછી ફોન કરું." ફોન કટ કરીને નારાયણન સામે જોઈને બોલ્યો, "મારા મધર, ક્વીન મા હતાં."

"હવે બધાને મા-બાપ યાદ આવી જવાનાં એ નક્કી."

"તમને કોઈ ધમકી મળી હતી વિનોદજી?"

"ના."

"કોઈ પર શંકા? કોઈ જૂની અદાવત."

"ના, સવાલ જ નથી. હું તો છ મહિના અગાઉ યુએસએથી આવ્યો."

"ઓ.કે. ઘરમાં બીજું કોણ કોણ છે?"

વિનોદે અશોક સામે જોયું, જે તરત જ બોલ્યો, "બે નોકર છે. એક સાફસફાઈનું કામ કરે, બીજો રસોડામાં ચા-પાણી-નાસ્તો બનાવે."

"આટલા મોટા ગાર્ડન માટે માળી નથી?"

"છે, પણ એ કાલે જ ગામ ગયો."

"કાલે જ ગામ ગયો? શું નામ છે એનું? એનો નંબર આપો. ફોટો તો હશે જને?"

વિનોદે આપેલો નંબર નારાયણને લગાવ્યો તો રાકેશ મિશ્રાનો ફોન સ્વીચ ઑફ આવતો હતો. ગુસ્સામાં તેણે અશોકને પૂછ્યું, "ફોટો?"

"સૉરી સર, ફોટો તો નથી."

"ઈન્ટરેસ્ટિંગ. જોકે અહીં મને બધું એકદમ ભેદી લાગે છે."

બરાબર એ જ સમયે બર્વેનાં સંતાનો રંજિતા અને પ્રિન્સ ઘરે પહોંચ્યાં.

*

**રાહુલ શુક્લની ડાયરી**

*સત્તા-પરિવર્તન બંદૂકના નાળચાથી થાય એ ઉક્તિ જૂની-પુરાણી થઈ ગઈ. મુંબઈમાં બૉમ્બના ધડાકે સરકારને સત્તારૂઢ થતી રોકવાનું કાવતરું... આનો દોરીસંચાર ક્યાંથી થાય છે? મુખવટો પહેરીને કોણ ખેલે છે ખૂનની હોળી?*

## ૭

### બ્રેકિંગ ન્યૂઝ

*બમ વિસ્ફોટ મેં આદરણીય રાજાભાઉ બર્વે કી મોત... ઉન કા પી. એ. રાઘવન કોમા મેં... પૂરા દિન બીત જાને પર ભી પુલીસ કો કોઈ સુરાગ ન મિલને કી જાનકારી... રાજ્ય પર મંડરાતે પૉલિટિકલ ઇનસિક્યૉરિટી કે બાદલ...*

*

પી.એસ.આઈ. નારાયણન કપૂરનું માથું જ ફાટફાટ નહોતું થતું. આખેઆખા શરીર અને અંગેઅંગમાં દુખાવો હતો. વિનોદ ક્વીન મા, બંગલોના બે નોકર, બર્વેના પરિવારજન અને નિકટનાં સગાંઓની આકરી પૂછપરછ કરી છતાં કાંઈ હાથ ન લાગ્યું. હા, માળી રાકેશ ત્રણ દિવસથી ગાયબ હતો. તો એક દિવસ અગાઉ ગામ ગયો એવું ખોટું કેમ બોલાયું? વિનોદ શું છુપાવવા માગે છે?

ક્રાઇમ બ્રાન્ચ અને એન્ટિ ટેરરિસ્ટ સ્કવૉડ બંને કામે લાગી ગઈ. ડેપ્યુટી કમિશનર, પોલીસ કમિશનર અને નવી સરકાર ન બને ત્યાં સુધી ગૃહખાતું સંભાળનારા નાયબ મુખ્ય પ્રધાન કરસનદાદા શિંગોટેએ માથું કાણું કરી નાખ્યું પૂછી પૂછીને; 'કોઈ પકડાયું? કોઈ કડી મળી? વ્હૉટ ઇઝ અપડેટ?' એમાંય શિંગોટેના નામથી નારાયણન કપૂરને નફરત હતી. એને લીધે આ પોસ્ટિંગ મળી હતી. પણ રકમમાં તેણે એક પૈસોય ઓછો નહોતો કર્યો. ઊલટાનું એક પંજાબી સાઉથ ઇન્ડિયનને પોસ્ટ આપીને ઉપકાર કરતો હોય એવું જતાવે કાયમ.

અને ન્યૂઝપેપર્સ અને ટીવી ચૅનલ્સના રિપોર્ટર્સના ફોન તો તોબા તોબા. બીજા પૉલિટિકલ પ્રેશર આવ્યા એ અલગ. હવે ક્વીન મા, શિંગોટે અને જૂના મુખ્ય પ્રધાન રાજકિશોર પાટિલ ઇચ્છતાં હતાં કે કંઈ પણ નવું જાણવા મળે,

એની સૌથી પહેલાં મને જાણ કરવી. રાજભવનથી રાજ્યપાલના પી.એ.નો ફોન સુધ્ધાં આવ્યો: 'સૌ પહેલાં સરને જણાવ્યા વગર કોઈ વાત બહાર જાય નહીં, સરકાર ન રચાય ત્યાં સુધી રાજ કોનું એ તો સમજો છોને?'

નારાયણન કપૂરને આશા હતી કે હૉસ્પિટલમાંથી કંઈક કડી મળી શકે. રાઘવન ઘટનાસ્થળે હાજર હતો, પરંતુ ડૉક્ટર ધરાર ન માન્યા. રાઘવન કોમામાં છે, તેની પૂછપરછ ક્યારે શક્ય બનશે એ કહી ન શકાય. ત્યાંથી રોષમાં નીકળતી વખતે નારાયણને એક-એક ખબરીઓ પર અપશબ્દનો વરસાદ વરસાવ્યો. પણ ક્યાંય કોઈ દિશા ન દેખાઈ કે કડી ન મળી.

બીજે દિવસે સવારે સાત વાગ્યે નારાયણન જૂહુ દરિયાકિનારે પહોંચી ગયો, જોગિંગ ટ્રેકમાં. ઘણા ઘણા મહિનાઓથી આ કામ પેન્ડિંગ હતું. શરીર પર અને ખાસ તો પેટ પર ચરબીના થર જામવાની શરૂઆત થઈ ચૂકી હતી. પોલીસ સ્ટેશનમાં કામ પૂરું થવાનો સમય નક્કી નહીં ને પાછું સાંજે કોઈ ને કોઈ મિટિંગ હોય એટલે જિમ્નેશિયમમાં ન જવાય. મિટિંગમાં બીજું કંઈ થાય કે ન થાય, પીવાનું થાય, થાય ને થાય જ. શરીરને સાચવવાનો એકમાત્ર સમય મળે સવારે, પણ એય આળસમાં વેડફાઈ જાય.

એટલે આજે બહુ લાંબા સમય બાદ જૂહુના દરિયાકિનારે આવવું ગમ્યું નારાયણન કપૂરને. એને ચેન્નાઈનો મરીના બીચ યાદ આવી ગયો. પગના ચાલવા સાથે મગજ દોડી રહ્યું હતું. શું રાજાભાઉ બર્વે આવ્યો એ અગાઉ ત્યાં બૉમ્બ મુકાયો હશે? કે પછી એ ફ્રૂટ્સ કે બૂકે લાવ્યો એમાં બૉમ્બ હશે? એને યાદ આવ્યું કે બર્વે કે એના પી.એ. કંઈ લાવ્યા હતા કે નહીં એ પૂછવાનું રહી ગયું છે. બર્વે સાથે કોઈને એવી તે શી દુશ્મની કે આવી રીતે કાસળ કાઢી નાખે? અને એ પણ મુખ્ય પ્રધાન નહીં તો મહત્ત્વનાં ખાતાંના પ્રધાન બનવાના બે-ત્રણ દિવસ અગાઉ? કે પછી એને સરકાર રચતા કે સરકારમાં જોડાતા રોકાવા માટે પતાવી નખાયો? ગુંડા ટોળકીના જૂના દિવસોનો કોઈએ બદલો લીધો? જો એવું જ હોય તો કામ કર્યું કોણે? અત્યાર સુધી અંડરવર્લ્ડ આવા કામમાં પડતું નથી. ઊલટાનું એ લોકો તો નેતાજીઓ સાથે શક્ય એટલું અંતર રાખે કે શક્ય એટલા મીઠા સંબંધ રાખે. તો પછી કર્યું કોણે? શા માટે?

કંઈ જ સમજાતું નહોતું. માથાને ઝટકો મારીને નારાયણન એકદમ જોરદાર દોડવા માંડ્યો. વિલે પાર્લાના જૂહુથી દોડતો દોડતો સાંતાક્રુઝના કિનારા સુધી ગયો. પછી નીચે જમીન પર જ બેસી પડ્યો. દરિયામાં દૂર દૂર એક ઝાંખું ટપકું દેખાતું હતું. કપૂરને થયું કે બર્વે મર્ડર કેસમાં તો આવું ટપકુંય નજરે ચડતું નથી.

અચાનક એક વિમાન નીચું ઊડતું ગયું અને એના ભયંકર ઘોંઘાટે વાતાવરણને ભરી નાખ્યું. ક્યાંય કંઈ નહોતું ને અચાનક કેવું વિમાન આવ્યું ને એનો અવાજ છવાઈ ગયો. નારાયણનને થયું કે બર્વે કેસમાં પોતે થોડા ધ્યાનથી આગળ-પાછળ જોયું હોત તો ચોક્કસ કંઈક મળ્યું હોત. બાકી બધું ભૂલીને માત્ર ને માત્ર નિરીક્ષણ કરવાની જરૂર છે. રેતીમાં લિસોટા છોડ્યા વગર સાપ કેવી રીતે લપાઈ જાય? એ આંગળીથી રેતીમાં રમતો હતો ત્યાં થોડી દૂર રેતીનો ઢગલો તોડીને એક જીવડું બહાર આવ્યું ને સડસડાટ દોડીને દરિયા તરફ જવા માંડ્યું. આ જોઈને એને હસવું આવ્યું. વિમાન, સાપ, જીવડું... ઓકે... ઓકે... ક્રિમિનલે કોઈ ને કોઈ નિશાની પાછળ છોડી જ હોય. શું અને ક્યાં એ શોધવાનું હવે મારે.

નારાયણન કપૂરે કાંડા ઘડિયાળમાં જોયું તો સવારના ૮.૪ થયા હતા. એ સ્ફૂર્તિથી ઊભો થયો અને ફરી જૂહુ વિલેપાર્લા તરફ જવા માંડ્યો. આ વખતે દોડવાનું ધીમું ને જોવાનું વધુ રાખ્યું. રસ્તામાં મળે એ બધાને પૂછે કે કાલે આ સમયે દરિયાકિનારા પર કંઈ ખાસ વિચિત્ર કે અજુગતું જોયું. કોઈક માથું હલાવીને નનૈયો ભણે. કોઈક 'નો' બોલીને દોડી જાય. અમુકને વળી મૉર્નિંગ વૉકમાં ખલેલ ન ગમી. અશોકના બંગલોથી દૂર એક પારસી કપલ પોતાના ઘૂંટણ, કમર અને સંજાણનાં સંભારણાંની વાતો કરતું ધીમી ચાલે આગળ વધતું હતું.

નારાયણને પાસે જઈને બંનેનું 'ગુડ મૉર્નિંગ'થી અભિવાદન કર્યા બાદ પૂછ્યું, "સર, રોજ વૉક પર આવો છો?"

"વ્હાય આર યુ આસ્કિંગ મૅન? ડૉન્ટ વેસ્ટ માય ટાઇમ." પુરુષે સ્પષ્ટ જવાબ આપ્યો એટલે નારાયણન કપૂરે પોતાનું આઇ કાર્ડ બતાવ્યું.

"ઓહ હલ્લો ઇન્સ્પેક્ટર, વેરી ગુડ મોર્નિંગ. આઇ એમ જમશેદ. શી ઈઝ માઇ વાઈફ રૂબી. તમો કાય પૂછતા હોતા?"

"સર, એ જ કે રોજ આ રસ્તે મોર્નિંગ વૉક કરો છો?"

"યસ યસ, આઇ વૉન્ટ ટુ કમ અર્લી પણ રૂબી માને તોને?"

"જમશેદ, મારો ગુનો નથી હો. તું વૉશરૂમમાં કલાક બેસી પડે પછી હું શું કરું? એટલે સાડાઆઠ થાય કે નય? ડીકરા એ તો હું ખેંચી લાઉં, બાકી આ સોફો છોડો નય હો."

"વેરી ગુડ આન્ટી. કાલે કંઈ ખાસ જોયું અહીં?"

જમશેદે પૂછ્યું, "ખાસ એટલે? હતું કાંય જોવા જેવું?"

"નો, નો પણ એવું કંઈ જે તમે જોયું ન હોય અગાઉ. કાલે પહેલી વાર..."

રૂબીએ ડોકું હલાવીને ના પાડી. જમશેદ હસી પડ્યો, "કેમ ભૂલી ગઈ કે?"

રૂબીએ છણકો કર્યો, "તારી જેમ બદામ નથી ખાતી, પણ બધું યાદ છે હો મને. શેની વાત કરે છે બોલ?"

જમશેદે આંખ નચાવતા પૂછ્યું, "બોલી દઉં કે?"

રૂબીએ આછા ગુસ્સાથી સામે જોયું. જમશેદ શરમાઈને બોલ્યો, 'ન જાણે કેટલા ટેમ પછી મેં કિસ કરી કાલે...' રૂબીનો ચહેરો આ ઉંમરેય લાલચોળ થઈ ગયો. નારાયણનના ચહેરા પર સ્મિત આવી ગયું. જમશેદ-રૂબી ચાલવા માંડ્યાં. અચાનક થોડા આગળ જઈને રૂબીએ બૂમ પાડી.

"એ ડીકરા..." નારાયણને પાછળ જોયું ને એમની તરફ જવા માંડ્યો. જમશેદ નારાજ થઈને રૂબીને કહેતો હતો, "પાગલ છે કે તું? પોલીસવાળાને આવું કેવાય કે?"

નારાયણને નજીક જઈને પૂછ્યું, "અરે વાંધો નહીં, જે જોયું હોય તે બોલો."

જમશેદ રીસમાં રૂબી સામે જોઈને બોલ્યો, "અરે સર, કાલે કોઈ મદારી પોતાના બંદરને લઈને ફરતો હુતો. તો મને આ બોલી કે જો આ બંદરને. એને તારી જેમ ચરબી નહીં વધે."

રૂબી હસી પડી. "ધેટ વૉઝ સો ફની. મેં લાઇફમાં ફર્સ્ટ ટાઇમ કોઈ મન્કીને મૉર્નિંગ વૉકમાં જોયો."

"યસ, મેં પણ નથી જોયો ક્યારેય. થેન્ક યુ. હેવ અ નાઇસ ડે." આટલું બોલીને નારાયણન બરાબર વિનોદના બંગલો પાસે પહોંચી ગયો. કમ્પાઉન્ડ વૉલની આસપાસ ફરવા માંડ્યો, કદાચ કંઈક મળે તો. એના ધ્યાનમાં આવ્યું કે બે-ત્રણ કેળાંની છાલ ભીંત પાસે જ પડી હતી. સુકાઈ ગઈ હતી. કદાચ કાલની કે પરમ દિવસની હોઈ શકે. તેણે ગજવામાંથી રૂમાલ કાઢીને સંભાળીને કેળાની છાલ ઊંચકી લીધી, એક નજર નાખી ને હળવેથી એક પ્લાસ્ટિક બૅગમાં મૂકી દીધી. એને ન જાણે શું થયું કે પોલીસ સ્ટેશન જવાને બદલે સીધો બંગલાની અંદર પહોંચી ગયો.

*

## રાહુલ શુક્લની ડાયરી

*બે સંભવિત ભાવિ મુખ્ય પ્રધાનમાંથી એકની હત્યા, એય બીજાના હરીફના ઘરમાં. બંનેને સિંહાસન પર આવતા રોકવાનું કાવતરું હતું કે શું એવી ચર્ચા અખબારોનાં પાનાં પર ડોકિયું કરતી હતી. પણ કાવતરાખોર હજી અંધારામાં હતો એટલે પોલીસની ટીકા થતી હતી. મજાક ઉડાડાતી હતી.*

## ૮

### બ્રેકિંગ ન્યૂઝ

*મહારાષ્ટ્રના આગેવાન નેતાની હત્યા પાછળ કેન્દ્રના શાસક પક્ષના મોટા નેતાનો હાથ હોવાની કાનાફૂસી... બીજા દિવસેય અંધારામાં હવાતિયાં મારતી મુંબઈ પોલીસ... લોકશાહીને હિંસક-લોહિયાળ ઊધઈથી બચાવવા બૌદ્ધિકોની અપીલ...*

*

ઇન્સ્પેક્ટર નારાયણન કપૂરે કોઈ પરંપરાગત તપાસ છોડી નહોતી. રાજાભાઉ બર્વે, એના પી.એ. રાઘવન, અને અશોક આનંદના મોબાઇલ ફોનની વિગતો મેળવી. કોને ફોન કર્યા, કોના ફોન આવ્યા, ક્યારે, કેટલી મિનિટ વાતો કરી. એક રસપ્રદ માહિતી જાણવા મળી કે મુખ્ય પ્રધાનપદના બંને દાવેદાર રાજાભાઉ બર્વે અને વિનોદ ક્વીન માના પી.એ. રાઘવન અને રાજેશ શિંદે વચ્ચે નિયમિત અને લાંબી વાતચીત થતી હતી. આ નૉર્મલ ગણાય? અને ભૂતપૂર્વ નાયબ મુખ્ય પ્રધાન કરસનદાદા શિંગોટે પણ બંને હરીફના ટચમાં હતા. આ રાજકીય ઔપચારિકતા હશે કે કોઈ ખતરનાક ખેલ?

નારાયણન કપૂરને સૌથી વધુ આશ્ચર્ય વિનોદ ક્વીન માના મોબાઇલ ફોનની વિગતો જાણીને થયું. આઉટગોઇંગ કે ઇનકમિંગમાં કોઈનાં નામ નહોતાં દેખાતાં, માત્ર નંબર જ સામે આવતા હતા. શું એ નંબર સેવ કરતો નથી? કે પછી વિનોદ પાસે બીજો ફોન હશે? એને આ માણસ વિચિત્ર લાગતો હતો. વધુ પડતી ઉતાવળમાં હતો. મહત્ત્વાકાંક્ષી તો ખરો જ. એના વિશે વધુ માહિતી મેળવવા નારાયણને પોતાના કૉલેજના ફ્રેન્ડ અને સિનિયર પૉલિટિકલ કોરસ્પોન્ડન્ટ રાહુલ

શુક્લને મળવાનું નક્કી કર્યું.

રાહુલ શુક્લને એક દુર્લભ જણસ કહી શકાય. એ નહોતો કોઈ પક્ષનો ચમચો કે નહોતો કોઈનો અંધ ભક્ત. તટસ્થ અને આખાબોલાપણું એનાં મુખ્ય શસ્ત્ર હતાં, ને મર્યાદા પણ.

લંચ પર મિટિંગ વખતે રાહુલ શુકલે મજાકથી શરૂઆત કરી, “બર્વેનો મર્ડર કેસ માથે હોવાથી તારી ભૂખ મરી નથી ગઈ?”

“ના, ટેન્શનમાં વધુ ખવાઈ જાય છે. કામની વાત શરૂ કરીએ?”

“કામ વગર તું થોડો મળવાનો? બોલવા માંડ...”

“ક્વીન મા વિશે શું માને છે?”

“નાના ગુંડાની દીકરીએ સામ્રાજ્ય વિસ્તાર્યું અને એને રાજકીય મહોરું પહેરાવ્યું.”

“એટલે હજી કિડનેપિંગ, લૂંટ, ખંડણી વગેરે ચાલુ?”

“હા અને ના...”

“એટલે? બંને કેવી રીતે?”

“એમની ઝોળીમાં મુંબઈનું મેયરપદ આવ્યું. મુંબઈ મહાનગરપાલિકાનું વાર્ષિક બજેટ કેટલાંક રાજ્યોથી મોટું હોય છે. આમાં ખૂબ લૂંટવા મળે, મોટીમસ લૂંટ થાય એટલે નાની લૂંટની જરૂર પડે.”

“અચ્છા, બીજું?”

“શોપિંગ મૉલથી લઇને ઑફિસ સ્પેસ કે રેસિડેન્શિયલ બિલ્ડિંગ હોય, પાલિકાની સત્તાવાર મંજૂરી ઉપરાંત શાસક પક્ષ અને સ્થાનિક નેતાને પ્રસાદ ધર્યા વગર કંઈ ન થાય. કોઈકે હિંમત કરી તો મરી જાય. થઈને ખંડણી? અને બૅન્ક લૂંટવાને બદલે દબાણ લાવીને ખોટી લોન લઈ લે. ન ગુંડાગીરી, ન ખૂનામરકી અને માલ ઘરભેગો.”

“ક્વીન મા સામે પોલીસે ક્યારેય કોઈ પગલાં લીધાં?”

“ના, આ બાબતમાં એ બાઈ ગજબનાક ચાલાક છે. એનો બાપ નાના કામ કરતો હતો, પણ બહુ લાંબા સમયે પોલીસને ચોપડે ચડ્યો. એના મર્ડરમાં જૂના કૉર્પોરેટર વિકાસ મ્હાત્રેનો હાથ હોવાની ચર્ચા હતી. આ જ મ્હાત્રેને જીતવામાં ક્વીન માએ મદદ કરી, પણ છેલ્લી ચૂંટણીમાં મ્હાત્રેની પૉલિટિકલ કરિયર લગભગ ખલાસ કરી નાખી.”

“એના કોઈ દુશ્મન?”

“ગણ્યા ગણાય નહીં એટલા... કેટકેટલા લોકો પાસેથી ગેરકાયદે પૈસા

ઓકાવ્યા હોય, ઘણાને હેરાન કર્યા હોય, અપમાનિત કર્યા હોય."

"બીજી ગૅંગ સાથે દુશ્મની?"

"લગભગ ના. અન્ય ગૅંગના ધંધા કે વિસ્તારમાં ન જવાની પૉલિસી રાખી શરૂઆતથી. જેમ રાજકારણમાં કર્યું એવું ગુંડાગીરીમાં. પોલીસથી પહેલેથી દૂર રહેવામાં માને, પણ મુંબઈ પર સત્તા આવી એટલે અચાનક વ્યાપ વધી ગયો અને હવે રાજ્યભરમાં. હવે બીજી ગૅંગવાળા અભયવચન મેળવવા એની સામે મુજરા કરશે. ટૂંકમાં, બી ગૅંગ નાના અપરાધ ચોરીછૂપીથી કરતી હતી, પણ આ પૉલિટિકલ ગૅંગ ખુલ્લેઆમ કરોડોની ઉચાપત કરશે."

"એના દીકરા વિનોદ વિશે શું માને છે?"

"કંઈ માનવું પડે એવું તેણે કર્યું નથી. એક જ લાયકાત છે, ક્વીન માનો દીકરો."

"એનો બાપ કોણ?"

"સત્તાવાર રીતે કોઈ જાણતું નથી. પણ વિધાનસભાની ચૂંટણીમાં ક્વીન માના પક્ષે ઝંપલાવ્યું, ત્યારથી કાનાફૂસી શરૂ થઈ ગઈ છે કે ક્વીન માનો વિશ્વાસુ નંદકિશોર જ વિનોદનો બાપ છે, બટ નથિંગ ઑફિશ્યલ."

"આ વાત રાજાભાઉને ખબર હોઈ શકે?"

"શક્ય છે, પક્ષનો બહુ જૂનો નેતા છે, ક્યાંકથી ખબર પડી હોય."

"એના બદલ એનું કાસળ કાઢ્યું હોય એવું બને?"

"ક્વીન મા એકદમ ગણતરીબાજ છે, ખૂબ ચાલાક અને ગમે તે વિચારવા—કરવાની ક્ષમતા ધરાવે છે. પણ આ સમયે, આ રીતે, આ સ્થળે કોઈને મરાવે ખરી? એ તારે શોધવું પડે."

"મારી જગ્યાએ તારે તપાસ કરવાની હોય તો કોના પર વધુ ધ્યાન આપે."

"વાહ રે બદમાશ, એક રાઇસ પ્લેટ ખવડાવીને મોટાં-મોટાં કામ કરાવવાં છે મારી પાસે?"

"પ્લીઝ યાર, બોલને નહીંતર..."

"હા, નહીંતર જૂહુ પોલીસ સ્ટેશનમાંથી બદલી થઈ તો મૂડીરોકાણ વસૂલ ક્યાંથી થશે? એ જ ફિકર છેને? તું પણ આ બધા ગંદા લોકોથી જરાય અલગ નથી."

"ક્યારેક રાતે ડ્રિન્ક પર બેસીએ ત્યારે મને જે સંભળાવવું હોય એ કહી દેજે. અત્યારે જવાબ આપને મારા સવાલનો."

"જો ક્વીન મા, વિનોદ તો શંકાના વર્તુળમાં મુખ્ય દેખાય છે. નંદકિશોરનેય શા માટે ન પૂછવું? વર્તુળમાં ન દેખાતા પ્લેયરમાં મેઇન લાગે છે અશોક આનંદ..."

"અશોક આનંદ?"

"હા, ખૂબ હરામી આઇટમ. સ્વાર્થ ન હોય તો મરવા પડેલા સગા બાપના મોઢામાંય બે ટીપાં પાણી ન નાખે. હા, આ મર્ડર પાછળનું એનું મોટિવ અને શું ફાયદા થાય એ બધું શોધવાનું કામ તારું હો..."

"અને કરસનદાદા શિંગોટે?"

"શું શિંગોટે? મારી સાથે બેસીને તારું દિમાગ ફળદ્રુપ બનવા માંડ્યું છે. કંઈ અજુગતું મળ્યું છે?"

"આ શિંગોટે સતત વિનોદ અને બર્વેના સંપર્કમાં હતો."

"ઇન્ટરેસ્ટિંગ. ધારી લઈએ કે બર્વે મરી જાય અને એના મર્ડર માટે વિનોદ પકડાઈ જાય તો..."

"તો શું?"

"એક તો ક્વીન માની ઊભરતી રાજકીય તાકાત નબળી પડી જાય. નવાસવા અને બિનઅનુભવી વિધાનસભ્યોને ડરાવી-પટાવીને પોતાના પડખામાં લઈ શકે શિંગોટે... આમેય સાંભળ્યું છે કે હાર પછી કંઈક નાટ્યાત્મક કરવાની જવાબદારી દિલ્હી હાઇ કમાન્ડે શિંગોટેને આપી છે."

"એ આ હદ સુધી જઈ શકે?"

"રાજકારણી છે. ૧૮-૧૯ વર્ષથી નાયબ મુખ્ય પ્રધાન જ રહ્યો છે. હવે એના પક્ષનો મુખ્ય પ્રધાન હારી ચૂક્યો છે, તો ચીફ મિનિસ્ટર બનવા માટે એની દાઢ ન સળકે? ખૂબ ખંધો રાજકારણી છે હો..."

"બર્વે અને વિનોદ સામસામી છાવણીમાં છતાં બંનેના પી.એ. એકદમ રેગ્યુલર ટચમાં છે એને તું કઈ રીતે જુએ છે?"

"ચેસની રમતમાં આપણે વઝીર, હાથી, ઘોડા અને ઊંટને નિશાન બનાવીએ ત્યારે છાનુંમાનું ચૂપચાપ કોઈ પ્યાદું સામી છાવણીના છેડે પહોંચીને મન થાય એ બની શકે છે. આમાંથી કોઈ આટલું મહત્ત્વાકાંક્ષી હોય કે ન હોય, હરામી અને કરપ્ટ ચોક્કસ છે. બંને પી.એ. કોઈકનાં પ્યાદાં હોઈ શકે."

અચાનક શુક્લ ટેબલ પર તબલા વગાડવા માંડ્યો. નારાયણન સામે જોઈને ખડખડાટ હસી પડ્યો. માંડ માંડ હસવાનું રોકીને ગાવા માંડ્યો; "અભિમન્યુ ચક્રવ્યૂહ મેં ફસ ગયા હૈ તું."

નારાયણન કંઈ બોલે એ પહેલાં એનો મોબાઇલ ટહુક્યો. વાત સાંભળીને એ તરત રવાના થઈ ગયો. શુક્લ બબડ્યો, "ગરજ પતી એટલે બાપ વૈરી. આ પણ પૉલિટિક્સમાં જવાનો એક દિવસ."

*

મોબાઇલ ફોન ઍક્ટિવ થવાથી અશોકનો માળી રાકેશ મિશ્રા નાસિકથી પકડાઈ ગયો હતો. ત્યાંથી એને મુંબઈ લઈને પોલીસ હવે જૂહુ આવી પહોંચી હતી. પણ એ નાસિકમાં ટ્રેસ થયો એની માહિતી પોતાને કેમ ન મળી એનું નારાયણનને આશ્ચર્ય થયું. એનો અર્થ એ કે ક્રાઇમ બ્રાંચ કામે લાગી ગઈ.

રાકેશ મિશ્રાને રસ્તામાં જ એટલો ધમકાવાયો, ઢિબાયો હતો કે એનું મોઢું ખોલાવવા નારાયણનને બહુ મહેનત ન કરવી પડી. તે હાથ જોડીને બોલ્યો, "થોડા દિવસ અગાઉ વિનોદ અને અશોક સાહેબમાં મોડો ઝઘડો થયો હતો. ચૂંટણી માટે આવેલા ફંડમાં લાખો રૂપિયાનો હિસાબ મળતો નહોતો. એમનો ઊંચો અવાજ સાંભળીને હું દરવાજા પાસે ઊભો રહી ગયો. બેઉ એકમેકને ખતમ કરવા સુધીની ધમકી આપતા હતા. અચાનક અશોક સાહેબનું ધ્યાન ગયું કે દરવાજા પાસે કોઈક ઊભું છે. હું ભાગી ગયો પણ ડરી ગયો. તેમણે ચોરીછૂપીથી ટૅરેસની પાણીની ટાંકીમાં મૂકેલા લાખો રૂપિયામાંથી પાંચ લાખ લઈને હું જીવ બચાવવા ભાગી છૂટ્યો."

"પણ જો, બર્વેના ખૂનમાં તારો હાથ નીકળશે તો ઊભેઊભો ચીરી નાખીશ હો..."

"ભલે સાહેબ. મારી માની કસમ. એ મર્ડરમાં મેં કંઈ કર્યું નથી. મને તો અશોક સર પર ડાઉટ છે."

*

**રાહુલ શુક્લની ડાયરી**

*ઇન્સ્પેક્ટર નારાયણન કપૂરનું સર્વસ્વ દાવ પર લાગેલું હતું. યુદ્ધે ચડેલા બંને પક્ષમાંથી એ નહોતો કોઈની સાથે કે કોઈની સામે. પણ એમાં એને હારવું પરવડે એમ નહોતું. એની પાસે એક જ વિકલ્પ હતો: જીત, જીત અને જીત. પણ આજના મહાભારતમાં અભિમન્યુનાં નસીબમાં જીતવાનું લખાયું હોય છે?*

## ૯

### બ્રેકિંગ ન્યૂઝ

*ક્વીન મા નયા આદેશ દેગી? બર્વેજી કે મર્ડર બાદ સ્થાનિક ગૌરવ સંગઠન મેં બવંડર... પાર્ટી કે વિધાયકોં કો ઈકઠ્ઠા રખને કી ચુનૌતી... દિલ્હી કે ખેમે મેં બઢી સરગર્મિયાં... કેસ સી.બી. આઈ. કો દિયા જાયેગા?*

*

'મને તો અશોક સર પર ડાઉટ છે,' આ શબ્દો નારાયણન કપૂરના કાનમાં પડઘાતા હતા. આ વિચારોમાં એ પોતાની કારમાં વિનોદના બંગલો પર પહોંચ્યો, પણ ત્યાં નહોતો અશોક કે વિનોદ. એક નોકરે માહિતી આપી કે વિનોદજી તો દાદર ગયા છે મમ્મીને મળવા. એમના ગયા પછી અશોકજી બહાર નીકળ્યા, પણ ક્યાં ગયા એ જણાવ્યું નથી.

નારાયણને ચોકીમાં ફોન કરીને અશોકની ગાડી પર નજર રાખવાની સૂચના આપી. પછી એ નોકરને લઈને ટૅરેસ પર ગયો. પાણીની બે ટાંકીને જોઈને તેણે પૂછ્યું, "આમાંથી કઈ ટાંકીનો ઉપયોગ થતો નથી?"

નોકરે ડાબી તરફના ખૂણાવાળી ટાંકી તરફ આંગળી ચીંધી. નારાયણન સીડી પરથી ઉપર ચડ્યો અને ઢાંકણું ખોલ્યું. નજર નાંખી પણ કંઈ દેખાયું નહીં. મોબાઇલ ફોનની ટૉર્ચ ઑન કરીને અંદર જોયું તો ત્યાં અંધારા અને સુકાઈ ગયેલા પાણીની ગંધ સિવાય કંઈ નહોતું. તેણે નોકરને પૂછ્યું, "અહીં કોઈ આવ્યું હતું?"

"હા, અશોકસર આજે દરિયાકિનારે જવા કે ગાર્ડનમાં વૉક કરવાને બદલે

ટૅરેસ પર આવ્યા હતા. અમને બંનેને સ્પષ્ટ સૂચના હતી કે કોઈ ડિસ્ટર્બ ન કરે."

"અચ્છા, એ ગયા ત્યારે કંઈ હતું એના હાથમાં? બૅગ કે સુટકેસ કે..."

"ખબર નહીં સર. કિચનવાળો નોકર શાકભાજી લેવા ગયો હતો અને મને સિગારેટ્સનાં પૅકેટ લેવા મોકલ્યો હતો અને હું આવ્યો ત્યારે સર જતા રહ્યા હતા."

નારાયણને તરત જ વિશ્વાસુ હવલદાર દત્તારામને ફોન કર્યો, "આ અશોક આનંદની ગાડી જ્યાં દેખાય ત્યાં રોકાવો. મન તરત જ જાણ કરો."

અશોક આનંદ ભાગી તો શકવાનો નથી, પણ ક્યાંક બહાર ગયો અને એ પણ થોડો ભેદી રીતે અને આ વિનોદ ક્વીન મા દાદરમાં શું ઉકાળશે? નારાયણન વિચારમાં પડી ગયો.

*

દાદરમાં ક્વીન મા ચૂપ બેઠી હતી, પણ ચહેરા પર સખતી હતી. સામે વિનોદ ગુસ્સામાં હતો.

"જો, મેં નિર્ણય લઈ લીધો છે કે તું મુખ્ય પ્રધાન નહીં બને. હમણાં સરકારમાં પણ નહીં જોડાય."

"પણ હું અમેરિકાથી પાછો આવ્યો એનું શું? આવી તક ફરી ક્યારે મળશે?"

"અરે સરકારનું રિમોટ કંટ્રોલ આપણા હાથમાં હશે. થોડો સમય તો બધું જો, ધીરે-ધીરે શીખ અને પછી જવાબદારી ઉપાડ."

વિનોદને ધ્રુજારી આવી ગઈ કે પોતે ગામમાંથી કેટલા બધા રૂપિયા લઈને બેઠો છે. પોતે સમય પર ન આપે તો એ બધા થોડા શાંત રહેવાના. સૌથી પહેલાં અશોક ઊકળી ઊઠશે. ને એને સાચવ્યા વગર થોડું ચાલવાનું છે?

દીકરાએ કંઈ જવાબ ન આપ્યો એટલે માએ વાત આગળ વધારી, "એક જાહેરાત કરીએ કે તું સ્વર્ગસ્થ બર્વેભાઉના માનમાં મુખ્ય પ્રધાનની રેસમાંથી હટી જાય છે. અને હવે પક્ષના વિધાનસભ્યો પોતાનો નવો નેતા પસંદ કરશે. કાલે પક્ષની બેઠકમાં નવા નેતાની ચૂંટણી કરાવીશું."

"મા, ઉતાવળ કરવાનું રહેવા દે, મને થોડો સમય આપ."

"પણ શિંગોટે આપણા માણસોને લલચાવી રહ્યો છે. જો ઢીલ કરીશું તો પક્ષમાં ભંગાણ પડશે."

"ઉતાવળ કરવાથી પણ એ જ થશે."

"એટલે?"

"ખોટી ઉતાવળમાં મારા સમર્થક વિધાનસભ્યો નારાજ થઈને પક્ષ સાથેથી છેડો ફાડી નાખશે. મારે પણ એમની સાથે રહેવું પડશે."

અચાનક દરવાજા પાછળથી નંદકિશોર ધસી આવ્યો, "માને ધમકી આપે છે તું?"

વિનોદનો પિત્તો ગયો, "અમારી વાતો સાંભળે છે છાનોમાનો? મા-દીકરાની વાતમાં કોઈ પરાયાનો હસ્તક્ષેપ નહીં ચાલે. બહાર જાઓ... અને જતાં પહેલાં દરવાજો બંધ કરજો."

નંદકિશોર ગરજી ઊઠ્યો, "હું... હું... પરાયો?" ક્વીન માનો ઇશારો જોઈને એનો ટોન બદલાઈ ગયો, "અરે હું ઘરના સભ્ય જેવો છું, ઘરનો સભ્ય છું, પાર્ટીનો વફાદાર છું, જૂનો સાથી છું."

વિનોદે નફ્ફટાઈથી કહ્યું, "એ જે હોય તે. યુ આર નોટ ફેમિલી. ગેટ લૉસ્ટ ઍન્ડ ગેટ આઉટ."

ક્વીન મા સમસમી ગઈ, નંદકિશોર એની સામે જોઈને બહાર નીકળી ગયો. "વિનોદ, તેં આ બરાબર ન કર્યું. આમ કોઈનું અપમાન ન કરાય. તેઓ વર્ષોથી છે આપણી સાથે."

"તો રિટાયર કરી દો... દૂર મોકલી દો. જેટલું જોઈએ એટલું આપી દો... આ પક્ષ મારા દાદાનો છે, મારી માનો છે..."

"પણ એને ઊભો કરવામાં નંદકિશોરનો મોટો ફાળો છે."

"અને મારા ફાળાનું શું?"

ક્વીન માથી હસી પડાયું, "તારો ફાળો?"

"હા, સૌથી મોટો મારો ફાળો. મારા જેટલો ભોગ કોઈએ નથી આપ્યો. બાળપણમાં તારાથી દૂર રહ્યો. ન તારા હાથનું ખાધું, ન મારા માથા પર તારો હાથ ફર્યો, ન મારી સફળતા પર તારું સ્મિત જોયું, તકલીફમાં એકલો પડ્યો રહેતો હતો. 'મધર્સ ડે' પર જે બોલતો એ લખાણ નહોતું, લાગણી હતી. સમજી તું? આ ભોગ મેં આપ્યો છે, જેથી તું પક્ષને બનાવી શકે, વિકસાવી શકે. પક્ષ પર સૌથી વધુ હક મારો છે અને એ કોઈ કરતાં કોઈને છીનવવા નહીં દઉં હું..."

"સાવ એવું નથી. આ પક્ષ માટે ઘણાએ પોતાના લોહી-પરસેવા અને સપનાંનાં બલિદાન આપ્યાં છે..."

"મા, મા, મા. સૈનિકો અને સેનાપતિઓ લડે અને શહીદ થાય એટલે દેશ કે રાજ્ય એમનું ન થઈ જાય. એ રાજાનું જ રહે અને હવે આ રાજા વનવાસમાંથી આવી ગયો છે. એને સિંહાસન પર બેસવું છે. જોઉં છું કોણ રોકે છે મને. હું નીકળું હવે?"

"ના, હવે અશોકને બંગલે રહેવાની જરૂર નથી. મને તારી જરૂર છે. પક્ષની ચર્ચા માટે અને બીજા મહત્ત્વનાં કામ માટે પણ..."

વિનોદને લાગ્યું કે અહીં રોકાવામાં વધુ ભલાઈ છે, સલામતી છે. પણ નંદકિશોરને આ ન ગમ્યું. નંદકિશોરના ગમા-અણગમાની પરવા કર્યા વગર વિનોદે અશોકને ફોન કર્યો તો ફોન સ્વીચ ઑફ આવતો હતો.

ફોન ક્યાંથી લાગે? વાંદરાના હાઇવે પાસે એક ખૂણામાં અશોક આનંદ ગાડીમાં બેઠો હતો, એની સામે ઇન્સ્પેક્ટર નારાયણન કપૂર ખુન્નસથી જોઈ રહ્યો હતો. "જો, તું ચાલાકી છોડી દે, તારી ગાડીમાં જે મોટી રકમ છે એ જ તને હમણાં જેલભેગી કરવા માટે પૂરતી છે."

"આર યુ આઉટ ઑફ યૉર માઇન્ડ?"

"ઈંગ્લિશ ઝાડવાનું બંધ કર. મને જ નહીં, આખા રાજ્યને અને દેશને બર્વેના ખૂન બદલ એક ધરપકડની જરૂર છે. ઓન્લી વન એરેસ્ટ... પછી મામલો શાંત. તારી ધુલાઈ કરીશું આરામથી. ચાર્જશીટ બનાવીશું આરામથી. તું કેસ લડતો રહેજે આરામથી. નીચલી કોર્ટ, એની ઉપરની કોર્ટ, પછી હાઇકોર્ટ... છેલ્લે સુપ્રીમ કોર્ટ. ત્યાં સુધીમાં તું એકદમ સામાજિક, આર્થિક અને શારીરિક રીતે ખતમ થઈશ... જો તું..."

"જો શું?"

"જો તું જેલમાં જીવતો રહ્યો તો... એના કરતાં મારી વાત માની જા. તારી પાસે છે એ બે નંબરની રોકડ છે. કહી શકાય કે ચોરીનો માલ છે. એની પોલીસમાં ફરિયાદ તો થાય નહીં. કેટલી બૅગ છે ગાડીમાં?"

"ચાર..."

"ગુડ. ચારેય બૅગમાં કેટકેટલા છે?"

"ત્રણમાં ૩૦-૩૦ લાખ ને એકમાં બાર લાખ..."

"હમમ. એક કામ કર. ૩૦-૩૦ લાખ વાળી ત્રણેય બૅગ મારી કારમાં મૂકી દે. બાર લાખ તારા. બસ ખુશ?"

"અરે, પણ સર..."

"શટ અપ. રાજાભાઉ બર્વેનું કાસળ કાઢી નાખવા તને સુપારી મળી એની આ રકમ નથી એવું તું પ્રૂવ કરી શકીશ? તેં તારા બંગલોમાં બૉમ્બ નહોતો ગોઠવ્યો એ સાબિત કરી શકીશ?"

"પણ આ તો સરાસર અન્યાય છે..."

"સાલા, બે વર્ષ અગાઉ તેં નશામાં કાર એક્સિડન્ટ કરીને એક માણસને

મારી નાખ્યો પછી પૈસા વેરીને દારૂ ન પીધાનું સાબિત કર્યું. એ ન્યાય હતોને? ચૂપ મર અને કહું છું એટલું કર."

"પ્લીઝ, તમારી ગાડી થોડી નજીક લાવશો?"

*

**રાહુલ શુક્લની ડાયરી**

*રાજાભાઉ બર્વેના મોતનું સસ્પેન્સ અકબંધ... નવા રાજકીય દાવપેચ અને રાજકીય શતરંજ પરની પ્યાદાંઓની અનોખી ચાલ-પ્રતિચાલથી સરકાર રચવાનું વધુ ઢીલમાં... જૂહુ બાદ હવે રાજ્યના રાજકારણમાં વિસ્ફોટની આશંકા...*

## ૧૦

### બ્રેકિંગ ન્યૂઝ

*સ્થાનિક ગૌરવ સંગઠનમાં ઊભા ફાડિયા પડવાની નોબત... કરસનદાદા શિંગોટે મારતે વિમાને દિલ્હી પહોંચ્યા... બર્વેની હત્યા પાછળ રાજકારણ સિવાયના કારણની શક્યતા...*

*

ટી.વી. ચેનલ પર સ્વર્ગસ્થ રાજાભાઉ બર્વેના વીડિયોએ જાણે ધરતીકંપની અસર ઊપજાવી. બૉમ્બ બ્લાસ્ટની આગલી સાંજે જ તેઓ વિનોદ ક્વીન મા વિશે જે બોલી રહ્યા હતા તે કોઈએ મોબાઇલમાં શૂટ કરી લીધું હતું. ચહેરા પર ખુન્નસ અને અવાજમાં રોષ હતો: "તમને એની નાની ઉંમર અને આધુનિકતા જ દેખાય છે. આ તો રાજકારણી માટે ડિસ્ક્વૉલિફિકેશન ગણાય. આંખ આડા લાગણીના પડળ આવી ગયા છે, એટલે મારો અનુભવ, વફાદારી, નિષ્ઠા અને પક્ષ માટે ઘસી નાખેલી જાત દેખાતી નથી. પણ એમ હું મારો હક છીનવાઈ જવા નહીં દઉં. કોઈની આમન્યા, મર્યાદા કે હદ મને રોકી નહીં શકે. એ છોકરાને સી.એમ. બનતો રોકવા માટે જે કરવું પડે એ હું કરી છૂટીશ. કંઈ જ બાકી રાખો તો મારું નામ રાજાભાઉ બર્વે નહીં."

સોફા પર બેઠાં બેઠાં પરસેવો લૂછતી વખતે ઇન્સ્પેક્ટર નારાયણન કપૂર ધ્યાનથી ટીવી જોતો હતો. એના ધ્યાનમાં અમુક શબ્દો આવ્યા 'આંખ આડા લાગણીના પડળ આવી ગયા'. તો શું એ ક્વીન મા સાથે વાત કરતો હશે? બાકી કોને વિનોદ માટે એવી લાગણી હોય. અશોક આનંદ પાસેથી મેળવેલા ૯૦ લાખમાંથી ૩૦ લાખ લઈને એ નીકળ્યો. ગાડી દાદર તરફ લઈ જતાં

તેણે વચ્ચે એક હોટેલવાળા અન્નાને ૧૦ લાખ પાછા આપ્યા. અન્નાએ ખૂબ આગ્રહ કર્યો કે, સાહબ દો પેગ પી કે જાઓ. પણ એ સાંતાક્રુઝથી આગળ વધ્યો. બાંદરામાં પોલીસ વસાહતમાં જઈને ૨૬/૧૧ના હુમલામાં માર્યા ગયેલા બે પોલીસવાળાના ઘરે પાંચ-પાંચ લાખ રૂપિયા આપ્યા. પછી માહિમની એક હૉસ્પિટલમાં જઈને છ લાખ રૂપિયા જમા કરાવ્યા. એક હવાલદારની માની ઓપન હાર્ટ સર્જરીનો ખર્ચ ચૂકવવાની ગૅરન્ટી નારાયણને આપી હતી. એટલું જ નહીં, વધારાના ચાર-પાંચ લાખ પણ જમા રાખવાની ડૉક્ટરને વિનંતી કરી. આ વિનંતી કરતી વખતે નારાયણનને માની યાદ આવી ગઈ. પૈસાના અભાવે કેટલી પીડાઈ હતી અને મોત સાથે જ શાંતિ મળી બિચારીને.

માનાં સંભારણાંમાં રાચતાં-રાચતાં નારાયણન સ્થાનિક ગૌરવ સંગઠનની હેડ ઑફિસ કમ ક્વીન મા ના ઘરે પહોંચી ગયો. નીચે વૉચમૅનને પૂછ્યા પછી અંદર જવા દીધો. નીચેના હૉલમાં એ આસપાસ જોતો હતો ત્યાં નંદકિશોર આવ્યો.

"બોલો સાહેબ, શું કામ છે?"

"રાજાભાઉ બર્વે મર્ડર કેસ વિશે ક્વીન મા અને વિનોદની પૂછપરછ કરવાની છે."

"તમે અપૉઈન્ટમૅન્ટ... સૉરી, થોડું બેસવું પડશે. મહત્ત્વની મિટિંગ ચાલે છે."

"કંઈ સંભળાય કે સમજાય છે. હું મર્ડર કેસનો ઇન્વેસ્ટિગેટિંગ ઑફિસર છું. કોઈ કામ કરાવવા આવેલા પક્ષનો કાર્યકર્તા કે ચૂંટણી ટિકિટ માગવા આવેલો ભિખારી નથી. ત્રણ મિનિટમાં બેમાંથી એક સામે નહીં આવે તો હું મને ઠીક લાગશે એ કરીશ."

"એય ઇન્સ્પેક્ટર, વર્દીની ગરમી બહાર જૂતાં સાથે મૂકીને આવવાની હો." આ અવાજ દાદરા પાસેથી આવ્યો. વિનોદ ક્વીન મા રોષમાં હતો.

"તું ક્યાં ઊભો છે એ ખબર છે તને?"

"એય મિસ્ટર, સવાલો હું કરીશ, સમજ્યો? આ વર્દીની ગરમી નથી, ગરિમા છે."

"તો જા થાય એ કરી લે. હું કોઈ જવાબ નથી આપવાનો."

"નો પ્રોબ્લેમ. દસ મિનિટમાં ટીવી ચૅનલો પર ગાજવા માંડશે કે વિનોદ ક્વીન મા કંઈક છુપાવે છે એટલે પોલીસને સહકાર આપતો નથી." નારાયણન જોશભેર ચાલવા માંડ્યો. પાછું જોયા વગર ખુમારીથી બોલ્યો, "કાલે સવારે દસ વાગ્યે તૈયાર રહેજે. બે હવાલદાર જીપ લઈને તેડી જશે. હવે જૂહુ પોલીસ સ્ટેશનમાં જ પૂછપરછ કરીશ."

"એક મિનિટ બેટા." લેડીઝ અવાજ સાંભળીને નારાયણનના પગ રોકાઈ

ગયા. તેણે પાછું વળીને જોયું તો વિનોદની પાછળ ક્વીન મા ઊભી હતી અને એની પાછળ નંદકિશોર આવ્યો. "નિરાંતે વાતો કરીએ ઉપર... કોઈ ચા-નાસ્તાની વ્યવસ્થા કરો."

ક્વીન મા પોતે નારાયણનને દોરીને લઈ ગઈ. આ જોઈને નંદકિશોરને આશ્ચર્ય થયું અને વિનોદને ગુસ્સો આવ્યો.

એક વિશાળ રૂમમાં બંડુ ધોંડગે ફોટામાં મલકાતો હતો. ફ્રેમ પર મોંઘો ફ્રેશ હાર હતો. સામે અગરબત્તી મહેક પ્રસરાવતી હતી. "મારા પિતાજી..."

"ખબર છે બી ગૅંગના જનક અને તમે તેને રાજકીય પાર્ટીમાં બદલાવી નાખી. રિયલી સ્માર્ટ મુવ."

"પ્લીઝ, કમ ટુ ધ પૉઇન્ટ."

"ઓ.કે. ટીવી ચેનલ પર રાજાભાઉનો એક વીડિયો બતાવાય છે એ તમારી સાથે વાત કરતા હતા."

"કેવા જવાબની અપેક્ષા રાખો છો?"

"તમે જે કહો એ પણ મને હકીકત ખબર છે."

"નક્કી જ કરી લીધું છે તો પૂછો છો શું કામ?"

"એ જાણવા કે ખોટું બોલો તો એનું કારણ શું?"

"સ્માર્ટ, રિયલી સ્માર્ટ. હા, મને ફોન કર્યો હતો."

"એટલે કે કોઈપણ હદે જવાની તમને ધમકી આપી હતી..."

"એટલે મેં મરાવી નાખ્યો એવી મતલબ પર ન પહોંચતા. પોતાને મનગમતો હોદ્દો ન મળે ત્યારે માણસ ઘાંઘો થાય. જૂહુ પોલીસ સ્ટેશનમાં ઇન્ચાર્જ બનવા માટે તમે કેટલા ધમપછાડા કર્યા યાદ છે?"

"એ સાચું. એમાં શું છે કે નપાવટ રાજકારણીઓ ઇમાનદારીથી કોઈને પોસ્ટિંગ આપતા નથી એટલે ધમપછાડા કરવા પડે."

"આઇ અન્ડરસ્ટેન્ડ ઇન્સ્પેક્ટર... શું નામ છે?"

"નામ જવા દો આગળ બોલો."

"રાજકારણમાં બધાને ખુશ ન કરી શકાય. હું સીધેસીધી વિનોદને મુખ્ય પ્રધાન બનાવી શકી હોત."

"તો આ નાટક શા માટે? આ ડ્રામાએ એકનો જીવ લીધો અને બીજાને અધમૂઓ કરી નાખ્યો."

"જરૂરી નથી કે આ સત્તાની હુંસાતુંસીમાં જ બર્વેનો જીવ ગયો હોય. ફોર યોર ઇન્ફૉર્મેશન અધમૂઆની તબિયત સુધારા પર છે. કલાક પહેલાં જ ડૉક્ટરે

ઓપિનિયન આપ્યો કે રાઘવન ગમે તે ઘડીએ હોશમાં આવી શકે છે. હી ઈઝ ઈમ્પ્રુવિંગ ઍન્ડ રિસ્પોન્ડિંગ ક્વાયટ વૅલ."

"તમે કાયદાની આ તરફ હોત તો મુંબઈના પોલીસ કમિશનરથી લઈને સી.બી.આઇ.ના ટોચના લેડી ઑફિસર હોત."

"બેટા, તું અમારી તરફ હોત તો રૉબિનહૂડ ગણાતો હોત. ગરીબ અને શહીદ પોલીસવાળાનું બહુ ધ્યાન રાખે છે. પોલીસવાળાનું બહુ ધ્યાન રાખે છે. મને ગમ્યું. ઉપરવાળો ખુશ થશે."

"પણ ટેન્શન નીચેવાળાનું છે... બાય ધ વે, રાજાભાઉ વિશે તમારે કંઈક જણાવવું છે?"

"મહેનતુ અને વફાદાર કાર્યકર્તા. પહેલી વખત ખુરશી દેખાઈ એમાં એકદમ સંતુલન ગુમાવી બેઠા... મરેલા માણસ વિશે ખરાબ બોલવું સારું નહીં..."

"અને જીવતા માણસ... એટલે કે વિનોદ વિશે શું કહેશો?"

"મુંબઈમાં અને રાજકારણમાં નવોસવો છે. શિખાઉ છે, નાસમજ છે."

"છતાં તમે એને મુખ્ય પ્રધાન બનાવવા માગતા હતા? મહાભારત જોયું નથી ટીવી પર?"

"બેટા, રાજકારણમાં અમે જ પાંડવ, અમે જ કૌરવ અને અમે જ કૃષ્ણ. અમે જ સંજય બનીને જે ઇચ્છીએ એ જ જોઈએ અને લખાવીએ પણ."

"આ તો ફિલૉસૉફી થઈ. હકીકત શું છે?"

"સાચું કહું તો દીકરાની જીદથી ઉપરવટ કેવી રીતે જાઉં? એનો મુદ્દોય સાચો કે આવી તક ન જાણે ફરી ક્યારે આવે?"

"ગમી નિખાલસતા."

"રિપોર્ટમાં કંઈ લખશો તો હું ફરી જઈશ એ કહેવાની જરૂર ખરી?"

"ના, આ વાતચીત મારી સમજ પૂરતી હતી. કાયમ મગજમાં રહેશે. અચ્છા હવે..."

"મારી છેલ્લી વાત સાંભળી લો... વિનોદની પૂછપરછ કાલે પોલીસ સ્ટેશનમાં કરજો..."

"શું? પણ શા માટે?"

"એવું લાગે કે એ પોલીસને સહકાર આપી રહ્યો છે. એક સારા નેતા તરીકેની એની ઇમેજ ઊભી થાય."

"પણ કંઈ ખોટું કર્યું હશે તો નાયકને બદલે ખલનાયક બની જશે હો", આટલું બોલીને નારાયણન ઊભો થયો. "વાત કરવી ગમી આપની સાથે. આઇ

એમ ઈમ્પ્રેસ્ડ." એ ચાલતો થયો, ત્યાં ક્વીન માનો અવાજ આવ્યો. "એક મિનિટ, અમારી સરકાર આવે તો તારી બદલી નહીં થવા દઉં, બેટા." પાછું વળીને નારાયણને ક્વીન મા સામે જોયું અને હળવું સ્મિત કર્યું. એ રૂમમાંથી નીકળ્યો ત્યારે વિનોદ અને નંદકિશોર ત્યાં રાહ જોતા હતા, પણ એમની સાથે નજર સુધ્ધાં મિલાવ્યા વગર એ બહાર નીકળી ગયો. એ જ સમયે નીચેથી ટેલિફોન ઑપરેટરનો ફોન આવ્યો કે બર્વેભાઉનો દીકરો પ્રિન્સ અને દીકરી રંજિતા ક્વીન માને મળવા આવ્યાં છે.

*

**રાહુલ શુક્લની ડાયરી**

*નારાયણન કપૂરના મનમાં સવાલો ઘુમરાવા માંડ્યા. ક્વીન મા સામાન્ય સહૃદય નારી અને માતા હતાં? કે પીઢ રાજકારણી ને પડદા પાછળના ક્રિમિનલ? મરેલા માણસ વિશે ખરાબ બોલવું સારું નહીં, એમ બર્વે વિશે કહીને મારા મનમાં શંકા રોપતાં હતાં કે પછી...? મા પાસેથી કંઈ ન મળ્યું પણ છોકરો બિનઅનુભવી અને ગુસ્સાવાળો છે એટલે થોડી આશા ખરીને!*

# ૧૧

## બ્રેકિંગ ન્યૂઝ

*વિનોદ ક્વીન મા ની આજે જૂહુ પોલીસ સ્ટેશનમાં આકરી પૂછપરછ... પોલીસને કંઈક મળ્યાની ચર્ચા... ક્વીન માની ઘરમાં થઈ પૂછપરછ... સત્તા-પ્રાપ્તિ અગાઉ સ્થાનિક ગૌરવ સંગઠન માટે ડગલે ને પગલે અપશુકન અને આફત.*

*

"આપ સિર્ફ પૈસે કા ઇન્તજામ કરીએ. મૈં એફિડેવિટ પર વિધાયકો કે હસ્તાક્ષર લે રહા હૂં ઔર બર્વે ક્યા કર પાયેગા? ઉસકા એક પૈર કબ્ર મેં હૈ, દૂસરે કો ભેજને કા ઇન્તજામ મૈં કરવા દૂંગા, ઉસે ચૂપ કરાને કા ઇન્તજામ મૈંને કર લિયા હૈ. કલ મુઝે મિલને આયે ઉસકે બાદ વહ બોલને કે લાયક નહીં રહેગા..."

"સર, ચાય વિધાઉટ સુગર?" હવાલદારના આ શબ્દ સાથે ઇન્સ્પેક્ટર નારાયણન કપૂર અને વિનોદ ક્વીન માએ રેકૉર્ડિંગના ખયાલોમાંથી બહાર આવીને એકમેક સામે જોયું. જૂહુ પોલીસ સ્ટેશનની બહાર રિપોર્ટર, ફોટોગ્રાફર અને ચૅનલવાળાની ભીડે ટ્રાફિક જામ કરી દીધો હતો.

વિનોદે શાંતિથી ચાનો કપ ઊંચક્યો. પહેલો ઘૂંટ લીધો. "નાઇસ ટી. આવી ચા ભાગ્યે જ મળે. પરફેક્ટ. તમે નસીબદાર છો હો."

"આપણે એ નક્કી કરવા મળ્યા છીએ કે તમે નસીબદાર છો? અને હો તો કેટલા?"

"ગોળ ગોળ વાતો મૂકો, આ તો માનો આગ્રહ હતો, એટલે આવ્યો. બાકી હું અહીં ક્યારેય ન આવું. જલદી પૂછો જે પૂછવું હોય એ. મારી પાસે ટાઇમ નથી."

"મને સીધા અને સાચા જવાબ આપજો, નહીંતર જેલમાં ટાઇમ જ ટાઇમ હશે."

"આર યુ ફૂલ?"

"શટ અપ ઍન્ડ માઇન્ડ યોર ટંગ. હું બેવકૂફ છું કે નહીં એ જવા દો. પણ એક વાત યાદ રાખો અહીં શાહઝાદા કે એમ. એલ. એ. નથી તમે, એક શકમંદ છો. ગેટ ઈટ ક્લિયરલી."

"હું સી.એમ. બનીશ પછી તારી બદલી ચંદ્રપુરના નકસલવાદી વિભાગમાં નક્કી."

"તારી મા કહેતી હતી કે અમારી સરકાર આવે તો મારી બદલી નહીં થાય, ખેર, મા સાથે મતભેદ છેને?"

"વ્હૉટ? શી ઈઝ માય મધર."

"હા, એટલે તો માના પક્ષમાં ભંગાણ પાડવાની ધમકી આપી તેં?"

"યસ, મુખ્ય પ્રધાન બનવાનો મોકો છોડું શા માટે?"

"સાચી વાત. એમાં રાજાભાઉ બર્વે વચ્ચે આવતો હતો એટલે હટાવી દીધો?"

"એ નહોતો ક્યાંયનો રાજા, નહોતો કોઈનો ભાઉ. એ માણસ વયોવૃદ્ધ હતો. કોઈ કામનો નહોતો અને સત્તાભૂખ્યો હતો. રિટાયરમૅન્ટને લાયક હતો."

"નફરત દેખાઈ આવી બર્વે માટેની, પણ એટલે મારી નાખવાનો?"

"મારી પણ નાખ્યો હોય તો મારા પોતાના બંગલામાં? એટલો બેવકૂફ લાગું છું?"

"ના, એટલા સ્માર્ટ લાગો છો. કોઈને લાગે નહીં કે વિનોદ પોતાના બંગલામાં બર્વેને મારી નાખે. ઘરમાં પાકું કામ થાય અને શંકાય ન જાય."

"હવે પત્યું હોય તો મારે જવું છે. મારે બીજાં ઘણાં કામ છે."

"મારે હમણાં એક જ કામ છે, બર્વેના ખૂનીને પકડવાનું. એટલે મારી ઇચ્છાએ જ તમારું આવવા-જવાનું થશે ઓ.કે.? અચ્છા કોઈ દુશ્મનો ખરા કે?"

"અરે હું તો અમેરિકામાં હતો. છ મહિના અગાઉ તો આવ્યો."

"દુશ્મની માટે તો છ મિનિટ પણ પૂરતી છે અને અમેરિકામાં દુશ્મન બનાવવા પર પ્રતિબંધ નથી."

"પ્લીઝ ઇન્સ્પેક્ટર, અમેરિકા બાદ દિલ્હી અને પછી પંચગિની... ક્યાં ક્યાં સુધી લઈ જશો?"

"ભૂગોળ જવા દો. છે કોઈ દુશ્મન?"

"ના, આમ ને આમ સવાલબાજી થતી રહી તો પહેલો દુશ્મન મળી જશે.

નામ, ઇન્સ્પેક્ટર નારાયણન કપૂર. કેવું વિચિત્ર નામ છેને?"

"હા, પણ એનાથી વિચિત્ર નામ કહું એ સાંભળો. વિનોદ ક્વીન મા નંદકિશોર ધોંડગે."

"શું બકવાસ કરો છો તમે?"

"જસ્ટ ચિલ... લસ્સી મગાવું?"

"શટ અપ. હવે બેવકૂફી કરી તો મારો હાથ ઊપડી જશે."

"મોસ્ટ વેલકમ. કદાચ ક્યારેય મુખ્ય પ્રધાન ન બનનારા અને હજી વિધાનસભ્ય તરીકે શપથ પણ ન લેનારા એક સફેદપોશ બદમાશને સળિયા ગણાવવા મને ગમશે. યુ નો બહુ સારી પબ્લિસિટી મળે. પ્લીઝ, મારોને એક લાફો... વન... વન... પ્લીઝ."

"પ્લીઝ ઇન્સ્પેક્ટર, આઇ એમ સૉરી. બટ યુ ક્રૉસ્ડ લિમિટ."

"લિમિટ કોણે ક્રૉસ કરી એ મમ્મીજીને પૂછી લેવાનું હો."

એક હવાલદારે આવીને કાનમાં કંઈક ફૂંક મારી એટલે નારાયણને વિનોદ સામે જોયું. "હમણાં જાઓ. પછી બોલાવું ત્યારે આવી જવાનું."

"અરે, પણ હમણાં સવાલ પતાવી લો તો મારે બીજો ધક્કો નહીંને..."

"અમુક ટાઇપના માણસને હું વધુ સમય સહન કરી શકતો નથી. બાય."

ખુન્નસ સાથે ઊભા થઈને નારાયણન સામે જોઈને વિનોદ નીકળી ગયો. બે મિનિટ બાદ હવાલદાર એક પેન ડ્રાઇવ આપી ગયો. "પેલા પત્રકાર રાહુલ શુક્લ આપી ગયા છે." કમ્પ્યૂટરમાં પેન ડ્રાઇવ લગાવી. કંઈક ઑડિયો ફાઇલ હતી. ઇઅર ફોન લગાવીને નારાયણને સાંભળવાનું ચાલુ કર્યું.

"જો બર્વેને કહી દે કે ચૂપચાપ રેસમાંથી હટી જાય, ઇચ્છા હોય તો ડેપ્યુટી સી.એમ. ભલે બને. આટલાથી સંતોષ નહીં માને તો આવી બનશે."

નારાયણનને રસ પડ્યો. ધમકી જ છે પણ અવાજ કોનો છે? રાહુલ શુક્લને ફોન કર્યો તો જવાબ મળ્યો, "બર્વે કેમ્પના માણસે આપી છે. કદાચ બનાવટી પણ હોય. અવાજ નંદકિશોર જેવો છે. ઑડિયો કોર્ટમાં પ્રૂફ તરીકે ન ચાલે. પણ કદાચ કંઈક દિશા મળે એટલે તને મોકલી છે. પછી નિરાંતે વાત કરું બાય..."

નારાયણને 'ગૌરવ સદન' ફોન કરીને નંદકિશોરને અર્જન્ટ પોલીસ સ્ટેશન બોલાવ્યા. નંદકિશોર શું થયું એના વિચારોમાં જૂહુ તરફ જતો હતો ત્યારે વિનોદ કંઈક કરી નાખવાના ભયંકર ગુસ્સા સાથે દાદરના 'ગૌરવ સદન' તરફ જઈ રહ્યો હતો. કદાચ આને લીધે સામસામે ન આવવાથી નંદકિશોર અપમાનનો

ભોગ બનતો રહી ગયો. વિનોદનો ગુસ્સો તો એટલો જ હતો કે નંદકિશોરને શું ને શું કરી નાખું?

પચીસેક મિનિટમાં નંદકિશોર ઇન્સ્પેક્ટર નારાયણનની સામે હતો. કોઈ જાતની ઔપચારિકતા કે વિવેક વગર નારાયણને પૂછ્યું, "ગૌરવ સદનમાં તમે શું કરો છો, ને તમારું મહત્ત્વ કેટલું એ છાનું નથી. છતાં તમારા શબ્દોમાં સાંભળવું છે."

"સાહેબ, હું સ્થાનિક ગૌરવ સંગઠનનો જૂનો વફાદાર છું. મારી વફાદારી પક્ષ અને એ પરિવાર પૂરતી સીમિત છે. આજ સુધી મેં પક્ષમાં કોઈ હોદ્દો સંભાળ્યો નથી કે માગ્યો નથી. મને સત્તાનો મોહ નથી."

"જરાય મોહ નથી એવી છાપ પડે પણ હકીકતમાં મોહનો અતિરેક નથી આ?"

"એટલે સાહેબ?"

"એ બધું જવા દો. આ ક્વીન મા સાથે તમારા સંબંધ કેવા?"

"એ જે કહે એ બધું કરવાના. એ જે કરે એ સાચું. એમના હિતમાં જ મારું હિત."

"સરસ, એટલે એમનું, ક્વીન માનું ખરાબ થવાનું હોય કે કોઈ એવું કરવાનું હોય તો તમે શું કરો? અથવા શું કહો?"

"સાહેબ હું તો..."

"એક મિનિટ, પહેલાં આ સાંભળી લઈએ..." પેન ડ્રાઇવમાંની ઑડિયો પૂરી થયા બાદ નારાયણન લેપટોપ સાથે રમત કરવા માંડ્યો. એ ત્રાંસી નજરે નંદકિશોરને જોતો હતો. પરસેવો લૂછીને થોડા સ્વસ્થ થઈને નંદકિશોરે પૂછ્યું, "પાણી પીવા મળશે?"

એક મિનિટમાં પાણી પીને નંદકિશોરે ફરી મોઢું લૂછ્યું. પછી ધીમેથી બોલ્યો, "આના માટે તમારે શું જાણવું છે?"

"એવું નહીં કહેતા કે અવાજ તમારો નથી. કોને ફોન કર્યો હતો એ પણ છાનું નથી." નારાયણને એક ગપ્પું ચલાવ્યું. "ક્યાંથી ફોન થયો છે એ પણ મને ખબર છે એટલે મુદ્દાસર બોલો, જે કહેવું હોય એ."

"જુઓ સાહેબ, પક્ષ એટલે ક્વીન માની વિરુદ્ધ આ બર્વે નાટક કરતો હતો. મારાથી એ સહન કેવી રીતે થાય?"

"એટલે તમે ધમકી આપી કે આવી બનશે અને એનો અમલ કર્યો?"

"ના, ના મેં તો સમજાવવા માટે જરાક ધમકાવ્યો હતો."

"આ ઑડિયોને આધારે હું અત્યારે જ તમારી ધરપકડ કરીને હીરો બની શકું છું, પણ આનાથી ક્વીન મા, તમારા પક્ષ અને તમારા દીકરાનું ભવિષ્ય કાયમ માટે રોળાઈ જશે."

"મારો દીકરો?"

"નંદકિશોર... હવે છુપાવવાનો અર્થ નથી. વિનોદને મુખ્ય પ્રધાન બનાવવા માટે તમે બર્વેનું ખૂન કર્યું એટલે કેસ હું ઊભો કરી શકું. એમાં પણ જૂનાં હાડપિંજર બહાર આવશે. કેસ ઉકેલીને મને શાબાશી મળશે, પ્રમોશન પણ. જે હોય એ સાચેસાચું કહી દો નહીંતર મીડિયાવાળાને બોલાવવામાં ખાલી દસ મિનિટ લાગશે મને... વિનોદ તમારો દીકરો છે કે નહીં?"

બે પળ નંદકિશોર નારાયણન સામે જોઈ રહ્યો. એની આંખ ભીની થઈ ગઈ અને બે હાથ આપોઆપ જોડાઈ ગયા.

*

## રાહુલ શુક્લની ડાયરી

*બર્વે મર્ડર કેસમાં કલ્પના કરતાં રહસ્યનાં ઘણાં પડળ ખૂલી રહ્યાં હતાં. આમાં કોઈની ઊંડી રાજકીય રમત હતી? કે ડોમિનોઝ ઇફેક્ટથી એક પછી એક મહેલ કડડડભૂસ થવાના હતા?*

## ૧૨

### બ્રેકિંગ ન્યૂઝ

*બર્વે મર્ડર કેસની તપાસ સંભાળી લેવા સી.બી.આઈ.ની ટીમની ગમે ત્યારે ઘોષણા... જલદી કેસ ઉકેલાવાની મુંબઈ પોલીસને ખાતરી... વિનોદ ક્વીન મા બાદ પક્ષના વિશ્વાસુ નંદકિશોરની પણ પૂછપરછ... પોલીસને મહત્ત્વનું રેકૉર્ડિંગ મળ્યાની રાજકીય વર્તુળોમાં ચર્ચા.*

*

"હું નાનપણથી ક્વીનની સાથે હતો. એનાથી ખૂબ પ્રભાવિત. એની હિંમતનો દીવાનો. તેણે પહેલાં છોકરીઓની ટોળી બનાવી. આવું કોઈએ કર્યું તો ઠીક વિચાર્યુંય નહોતું. અમારો ખારનો એરિયા ભારાડીઓથી ખદબદે. પણ એ કોઈની સાડીબાર ન રાખે. પછી છોકરાઓને ટોળીમાં ઉમેર્યા, ત્યારે હું ય જોડાઈ ગયો. ઘણાને એક છોકરીની સરદારી કઠતી હતી, પણ હું તો એનો પડ્યો બોલ ઝીલવા તલપાપડ રહેતો હતો. ક્વીનના સૌથી શિસ્તબદ્ધ અને આજ્ઞાંકિત સૈનિકમાંથી સૌથી નિકટતમ બની ગયો. હકીકતમાં મનેય ખબર ન રહી કે હું ક્યારે એના પ્રેમમાં પડી ગયો. મને લાગતું હતું કે મારો પ્રેમ એકતરફી બનીને રહી જશે. મને એનોય વાંધો નહોતો. સતત એની નજીક, સામે રહેવાનું સુખ, મારી સૌથી મોટી મૂડી હતી, સુખ-સંતોષ હતાં. મારી ધારણાથી વિપરીત ક્વીન પણ મારા પ્રેમમાં હતી. આ અકલ્પ્ય સુખને હું પૂરેપૂરું માણું ત્યાં સુનામી આવીને મારી લાગણીની દુનિયાને ખેદાનમેદાન કરી ગઈ. બંડુબાપાને પોલીસ પકડી ગઈ. ક્વીને ખૂબ મહેનત કરી એમને છોડાવ્યા,

પણ અમને જાણતા નહોતા કે એમને જેલમાં અમારા સંબંધની ખબર પડી ગઈ હતી. બહાર આવીને ક્વીનને મળતાવેંત તેમણે વચન લીધું કે હું ક્યારેય નંદકિશોરને નહીં પરણું. ક્વીન પાસે છૂટકો નહોતો. હામી ભરવા સિવાયનો. એને થયું કે પછી મનાવી લેવાશે બાપાને. તેણે બાપાનો હાથ પકડીને વચન આપી દીધું કે હું ક્યારેય નંદકિશોરને નહીં પરણું. ત્યારે જ અમારો વિનોદ એના પેટમાં હતો. ક્વીને આપેલું વચન બાપા સાથે છેલ્લી વાતચીત. એ રાતે બંડુબાપાની હત્યા થઈ ગઈ. પછી શોક લાગવાને બહાને ક્વીન અને હું અજાણ્યા ગામે જઈને રહ્યાં, જ્યાં વિનોદનો જન્મ થયો. ક્વીને વચન આપ્યું હતું નંદકિશોરને ન પરણવાનું, જે અમે આજ સુધી પાળ્યું. પણ સાથે રહેવા સામે ક્યાં વાંધો હતો? સાચું કહું તો ત્યાર બાદ ક્યારેય અમે પતિ-પત્નીની જેમ જીવ્યાં નથી. બસ, બંડુબાપાને આપેલા વચનને લીધે ક્યારેય જાહેર ન કર્યું કે વિનોદ મારો દીકરો છે."

નંદકિશોર આગળ બોલી ન શક્યો. હવે બાકી શું રહ્યું હતું. પણ નારાયણનને લાગણીની ઝાઝી પરવા નહોતી. એની અંદરનો પોલીસવાળો તરત જાગ્યો. "દર્દનાક પ્રેમકથા છે તમારી, લૈલા-મજનુ જેવી, પણ આવા વહાલસોયા દીકરાને મુખ્ય પ્રધાન બનાવવા તમે ધમકી આપો તો ખૂન કેમ ન કરી શકો?"

"સાહેબ, સાચું કહું તો હું આ રાજકારણની ગંદકીથી દૂર રહેવા માગું છું, પણ ક્વીનને એ ન પરવડે. ખાલી ગુંડા ગૅંગ તરીકે એક રાજકારણી ઉપયોગ કરે તો બીજો ખતમ કરી નાખે. મારું ચાલે તો હું વિનોદને રાજકારણમાં જ ન આવવા દઉં. પણ પક્ષને બહુમતી મળ્યા બાદ ન જાણે એને શું ધૂરી ઊપડી કે માન્યો જ નહીં."

"હમમ... અચ્છા, આ બંડુનું મર્ડર વિવેક મ્હાત્રેએ કરાવ્યું હતું એ સાચું?"

"હજાર ટકા સાચું. એટલે જ ક્વીનની વ્યૂહરચનાના ભાગરૂપે આ ચૂંટણીમાં એની કારમી હાર થઈ. મ્હાત્રેની હાર અમારા માટે તો બહુમતીથી પણ મોટી જીત હતી."

"જુઓ નંદકિશોર, તમારી ઇમોશનલ લવ-સ્ટોરી મને ઇમ્પ્રેસ કરી ગઈ. પણ જો, આ મર્ડરમાં તમારી સંડોવણી નીકળી તો હું મૂકવાનો નથી તમને."

"એવું સાબિત થાય ત્યારે ગોળી મારી દેજો મને."

"અચ્છા, આ રાજાભાઉ બર્વે વિશે શું માનો છો તમે?"

"જૂનો માણસ છે પક્ષનો, એક સ્થાપક. પક્ષ મજબૂત બનવા સાથે એની સંપત્તિ અને મહત્ત્વાકાંક્ષા વધવા માંડ્યાં. અમે બધી બેઠક માટે લડ્યા એ

પણ એને લીધે જ. તેણે ક્વીનને ધમકીભરી રીતે સમજાવી હતી કે આપણે ચૂંટણી લડવી જોઈએ નહીંતર ખતમ થઈ જઈશું. છતાં જો સંગઠન તૈયાર ન હોય તો હું મારી રીતે એકલો આગળ વધીશ. મુંબઈથી લઈને દિલ્હી સુધી એના સારા કૉન્ટેક્ટ હતા. કહી શકાય કે એ ક્વીનની આંખ અને કાન હતો. સદ્‌ભાગ્યે પોતાના મગજ પર ક્વીને કોઈને કબજો જમાવવા દીધો નહોતો. ખૂબ દૂરંદેશી બાઈ છે."

"સરસ માહિતી આપી અને પોતાના દીકરા વિનોદ વિશે શું માનો છો?"

"સાહેબ, આજની પેઢીના છોકરાવ જેવો છે. બધું જોઈએ, બેસ્ટ જોઈએ, એકદમ જલદી પણ..."

"પણ શું?"

"એ મર્ડર ન કરે. ક્યારેય નહીં."

"આ એક બાપનો મત છે. ફેંસલો અમે કરીશું, ન્યાય કોર્ટ કરશે."

"સાહેબ, હજી કોર્ટમાં ન્યાય મળે છે? મારી જાણમાં તો નથી એવું. ત્યાં કાયદો કાયદાનું કામ કરે છે. એ સાચા, કે ખોટા કે ઊપજાવી કાઢેલા પુરાવા-સાબિતીને આધારે જે ચુકાદો આપે એ જ ન્યાય છે? સાહેબ, હવે કાયદો અને ન્યાય પર્યાયવાદી અને પૂરક રહ્યા છે ખરા?"

*

વિનોદ રૂમમાં આંટા મારતો હતો. એના ચહેરા પર વિચિત્ર ભાવ હતા. માએ કીધું એ નહોતું માની શકાતું, નહોતું ઠુકરાવી શકાતું, જીવનનું નવું રહસ્ય નહોતું અપનાવી શકાતું, નહોતું નકારી શકાતું. મા પર માન ઊપજતું હતું, જાત પર ગુસ્સોય આવતો હતો.

"પણ મા, આ વાત બહાર આવશે ત્યારે શું? મારી શું હાલત થશે? તારા વિશે કેવી વાતો થશે?"

"બેટા, ભૂતકાળ કોનો નથી હોતો? દુનિયાને મારી ભૂલ દેખાશે પણ મારી વચનબદ્ધતા, ત્યાગ કે વેદના નહીં દેખાય. એ તો ઠીક, પણ તનેય આમાંથી કંઈ દેખાતું નથી?"

"મા, મને કંઈ સમજાતું નથી."

"બેટા, પંચગિનીમાં એસ.એસ.સી. વખતે તેં એક આઇ.એ.એસ. ઑફિસરની દીકરી સાથે તેં જે કર્યું એની મેં કેટલી મોંટી કિંમત ચૂકવી છે? દિલ્હીની કૉલેજની તારી ફ્રેન્ડે આપઘાતનો પ્રયાસ કર્યો એ મામલો આટોપવાનુંય આસાન નહોતું અને પછી અમેરિકામાં.."

"મા પ્લીઝ, તારી મહા ભૂલ પર ઢાંકપિછોડો કરવા માટે મારા કિસ્સા ન ગણાવ. તેં કર્યું, કારણ કે તારી ફરજ હતી. હું ટીનએજર હતો, યંગ હતો..."

"સરસ, બહુ સરસ. તારી એક એક જીદ મેં પૂરી કરી છે. મારે ભાગે તો ગાંધારી સાથે ધૃતરાષ્ટ્રની વેદનાય આવી ને જવાબદારી પણ..."

"એમાં મારો વાંક?"

"ના, બધો વાંક મારો બસ? પણ બેટા, આ સત્તાના મહાભારતમાં જો તારા હાથે કોઈનો જીવ ગયો હશે તો મને ભીમ, અર્જુન કે કૃષ્ણ થતાં તારો પ્રેમ કે આપણો સંબંધ નહીં અટકાવી શકે. આ ભવિષ્ય માટેય વૉર્નિંગ છે."

"મા, મા, મા. આટલી આકરી ન થા. જો બધું શાંત પડી જવા દે. તું મને મુખ્ય પ્રધાન તરીકે જાહેર કરી દે. પછી આ નંદકિશોરને ક્યાંક મોકલી દઈશું."

"શટ અપ, શટ અપ. એકદમ ચૂપ. રાજાભાઉના મર્ડરની તપાસ વચ્ચે હું તારું નામ જાહેર નહીં કરું. અને બીજી વાત, તારા બાપા ક્યારેય મારાથી દૂર નહીં જાય, સમજ્યો?"

"અરે, એનાથી તો મારી કરિયર જોખમાઈ જશે."

"તારા માટે મેં ઘણું કર્યું હવે તારું તારે વિચારવાનું, પગભર થવાનું શરૂ કરી દે."

"મા, પ્લીઝ, આનાથી તો પક્ષમાં ભંગાણ..."

"ભંગાણ... પક્ષમાં ભંગાણ? જા, તારામાં હિંમત હોય તો પ્રયાસ કરી જો... કેટલા વિધાનસભ્ય કે કાર્યકર્તા તારી સાથે આવે છે એ જોઈ લે..."

"સૌને સત્તામાં રસ છે. મલાઈ જોઈએ છે મલાઈ..."

"અચ્છા, તારા બાપાને ખરીદી બતાવ તો માનું."

"દુનિયાનો નિયમ છે. ન ખરીદાય એને હટાવી દો. અને પ્લીઝ બાપા, બાપા ન કર, એ તારો જૂનો પ્રેમી છે. મારો કોઈ કરતાં કોઈ નથી."

"વિનોદ, મારા મોઢામાંથી કોઈ શ્રાપ નીકળી જશે." ક્વીન મા ગુસ્સામાં બોલી."

"મા, અવાજ ઊંચો ન કર. વાત બહાર જશે તો નાહકની તકલીફ..."

"આજે એક વાત સાંભળી લે. આ મુખ્ય પ્રધાનનું કોકડું ઉકેલાય પછી હું જાહેર કરી દઈશ કે નંદકિશોર તારા બાપા છે."

"શું? આર યુ મેડ? એવું હું ક્યારેય નહીં થવા દઉં... મા તેં મરતા બાપને આપેલું વચન પાળ્યું. તો એક વચન મને આપીશ?"

"બોલ, શું વચન જોઈએ છે?"

"હું મુખ્ય પ્રધાન બની જાઉં ત્યાં સુધી આ મામલા વિશે તું ચૂપ રહેજે. આપણે બંને નિરાંતે મળીને વિચારીશું કે જાહેરાત કરવી કઈ રીતે?"

ક્વીન માએ સહેજ રાજીપા સાથે માથું ધુણાવ્યું. ત્યારે પીઠ ફેરવીને ઊભેલા વિનોદના ચહેરા પર લુચ્ચું સ્મિત હતું: 'એક વાર મુખ્ય પ્રધાન બની ગયા બાદ નંદકિશોરને ગાયબ કરાવતાં ક્યાં વાર લાગવાની?'

*

**રાહુલ શુક્લની ડાયરી**

*સત્તાના સમરાંગણમાં સંબંધો દાવ પર મુકાવા માંડ્યા હતા. ઇન્સ્પેક્ટર નારાયણન કપૂર, ક્વીન મા, વિનોદ અને નંદકિશોરની પ્રાથમિકતા બદલાઈ ગઈ હતી. છતાં રાજાભાઉ બર્વેનું મડદું તેમના ખભા પર ફરી ફરીને બેસી જતું હતું, ચીસાચીસ કરી મૂકતું હતું કે મારો કાતિલ ક્યાં? ક્યાં છે એ?*

# ૧૩

## બ્રેકિંગ ન્યૂઝ

*રાજ્યના રાજકારણમાં ન ભૂતો ન ભવિષ્યતિ ઘટનાઓ... સંપૂર્ણ બહુમતી છતાં સ્થાનિક સ્વરાજ સંગઠનની સરકાર રચવાના દાવામાં વિલંબ... રાજ્યપાલ તરફથી ક્વીન માને મળવા બોલાવવાની ચર્ચા... બર્વે મર્ડર કેસ ક્યારેય ઉકલાશે ખરો?*

*

"એક સામાન્ય કારકુન, અમલદારથી લઈને નાના પોલીસને પ્રમોશન અને સારી એટલે મલાઈદાર પોસ્ટિંગ માટે જાત જાતના કાવાદાવા, પ્રપંચ, સમાધાન અને ભ્રષ્ટાચારનો આશરો લેવો પડે છે. છૂટકો જ નથી. આ તો રાજ્યનો સર્વોચ્ચ હોદ્દો છે. જે દેશના સર્વોચ્ચ પદ સુધી પહોંચવાની સીડી બની શકે. એટલે આમાં ગણી ન શકાય એટલી ગોઠવણ, ટાંટિયાખેંચ, કાદવ-ઉછાળ, સમાધાન, ચરિત્રહનન, કાવતરાં, અનૈતિક કૃત્ય ને ભ્રષ્ટાચાર ન થાય તો જ નવાઈ. અને મોટા ભાગના શાસક બેવકૂફ હોય છે. ઇતિહાસથી અજાણ હોય છે. પોતાને તીસમારખાં સમજે અને વિરોધ-પ્રતિકૂળ સૂરને કચડી નાખવાને પોતાની બાહોશી સમજે, સફળતા માને. કોઈનો સૂર્ય કાયમ ઝળહળતો રહ્યો નથી. અરે, ખુદ સૂર્યનો અસ્ત થાય છે. તો એક શાસકની શી વિસાત?"

રાજાભાઉ બર્વે કેસ અને સત્તા માટેની હુંસાતુંસી પરના આ અખબારી તંત્રીલેખના ઇન્સ્પેક્ટર નારાયણન કપૂરના વાંચનમાં ખલેલ પાડી ફોનની ઘંટડીએ. લૅન્ડલાઇન પરથી અજાણ્યો નંબર હતો. એક ખબરીનો ફોન હતો. "સર, આ વિનોદ ક્વીન માના પી.એ. રાજેશ શિંદેની હિલચાલ કંઈક ભેદી છે."

"એટલે?"

"આ મર્ડરના ટેન્શન વચ્ચેય એ કાલે શિંગોટેના સપોર્ટર ગણાતા એક ઉદ્યોગપતિને મળ્યો હતો. કદાચ કોઈના ઇશારે કરતો હોય કે પોતાની રીતે કરતો હોય, પણ ખતરનાક ખેલાડી તો કહેવાય જ ને? કાલે વિનોદ 'ગૌરવ સદન'માં હતો, ત્યારે આ શિંદે જાણીતા ઉદ્યોગપતિ દીપક મનવાનીને મળ્યો હતો."

"થેન્ક યુ."

નાસ્તો સુધ્ધાં પતાવ્યા વગર બે હવાલદારને લઈને ઇન્સ્પેક્ટર નારાયણન પહોંચી ગયો અશોકના બંગલો પર. એનું આગમન અશોકને ન ગમ્યું, પણ વિરોધ ન કરી શક્યાની લાચારી હતી.

"જો અશોક, હું ઑફિશિયલ સર્ચ વૉરન્ટ લઈને પણ આવી શક્યો હોત. એમાં વાત લીક થઈ જાય ને તારી બદનામી થાય. રાજેશ શિંદે ઘરમાં છે?"

"ના, કોઈક પર્સનલ કામે બહાર ગયો છે."

"મારે વિનોદનો અને શિંદેનો રૂમ ચેક કરવો છે, ચાલ સાથે..."

અશોક નાછૂટકે સાથે ગયો, પણ નારાયણને એને રૂમ બહાર જ રોકી લીધો. અંદર જઈને કબાટ ખોલવાને બદલે નારાયણને ડ્રોઅર ખોલ્યાં, નાનકડી કચરાપેટી ફંફોસી, ડબલ બેડ પલંગ પરથી પથારી ઊંચકી, બૉક્સ પલંગ ખોલ્યો. એની બ્રીફ કેસ ખોલી અને પાઉચ ફંફોસ્યું. બહાર આવ્યો ત્યારે એના હાથમાં પ્લાસ્ટિકની થેલી હતી. અંદર શું હશે એ જાણવાની તાલાવેલી છતાં અશોક કંઈ પૂછી ન શક્યો. અચાનક કંઈક યાદ આવતાં નારાયણન અંદર ગયો. એક ખુરશી ખેંચીને બરાબર દરવાજાની ઉપર લગાવેલા બે ફ્લાવર વાઝ નીચે ઉતાર્યાં. એકમાં બેટરી અપડેટેડ માઇક્રોફોન હતો, તો બીજામાં નાનકડું રેકૉર્ડર. બંને પ્લાસ્ટિકની બૅગમાં મૂકીને એ હસતો હસતો બહાર આવ્યો.

"અશોક, તમારી ગુજરાતી કહેવત યાદ આવી ગઈ. ગર્લફ્રેન્ડ પાસેથી ઘણી વાર સાંભળી હતી. ફરે એ ચરે... એવું જ છે ને કંઈક?"

"ખબર નથી મને."

"કમાલ છો, ગુજરાતી થઈને ખબર નથી. યાર તમે લોકો કેમ બધો પ્રેમ પૈસાને આપી દો છો? થોડો ઘણો માતૃભાષા અને પોતાની સંસ્કૃતિ પાછળ ખર્ચતા હો તો? હા, શિંદે ભાઉની રૂમ કઈ?"

બરાબર વિનોદની સામેના રૂમ તરફ આંગળી ચીંધી અશોકે. નારાયણન અંદર ગયો. ડાયરી, લૅપટૉપ, આઇપેડ, બ્રિફકેસ, કચરાટોપલીમાં પડેલો સામાન,

કબાટ, એમાંનાં એક-એક ખાનાં ફંફોસી લીધાં. નારાયણનને થયું કે ટેસ્ટ સારો હતો રાજેશ શિંદેનો, મોંઘો પણ. અહીંથી મોટી બૅગ લઈને એ બહાર નીકળ્યો.

"મિસ્ટર અશોક, ફરી વાર મળીએ તો આ બ્રિફકેસ અને પ્લાસ્ટિક બૅગ મારી પાસેથી લેવાનું ભૂલતા નહીં હો... અને હા હજી..."

આટલું બોલીને અશોક સામે જોયું, "તમારી રૂમ ફરી વાર જોવી હતી, પણ એમાં કંઈ મળે એવું લાગતું નથી. શું કહેવું છે તમારું? હમણાં રહેવા દઉં. અહીં આવવાનું એક કારણ તો બાકી રહે."

નારાયણન કપૂર હસતો હસતો બહાર નીકળી ગયો. અશોકે પોતાના પ્રાઇવેટ નંબર પરથી વિનોદને ફોન ડાયલ કર્યો, "યાર, તું સીએમ બનવાનું રહેવા દે..."

"વ્હૉટ નૉનસેન્સ?"

"યસ. તારું કામ નથી આ. અત્યારે એક પોલીસ ઇન્સ્પેક્ટર તારાથી મેનેજ નથી થતો તો કાલે રાજ્ય કેવી રીતે સંભાળીશ?"

વિનોદે ગુસ્સામાં ફોન કટ કરી નાખ્યો. તેણે રાજેશ શિંદેને ફોન કર્યો તો સામેથી ધીમા અવાજમાં જવાબ મળ્યો, "સર, જૂહુ પોલીસ સ્ટેશનમાં છું, પછી ફોન કરું."

પોલીસ સ્ટેશનમાં આવીને નારાયણન કપૂરે પેટ ભરીને લંચ લીધું પછી ઓડકાર ખાતાં ખાતાં હવાલદારને ઑર્ડર આપ્યો, "પેલા શિંદેને અંદર મોકલો."

લાંબી રાહ જોવી પડી એટલે રાજેશ શિંદે ઊખડેલો હતો. એની સામે જોઈને મોઢા આગળ ડાબો હાથ રાખીને જમણા હાથથી ટૂથ પીકને કામે લગાડતાં નારાયણન બોલ્યો, "પેલું ગુજરાતીમાં કહે છે ને કે પગ નીચે રેલો આવે ત્યારે ખબર પડે. એવું જ છે ને?"

"આઇ ડૉન્ટ નો. મને કેમ બોલાવ્યો?"

"યાર શિંદે, સાચું કહું તો તારા પ્રેમમાં પડી ગયો છું. વિરહ સહન ન થયો એટલે મુખદર્શન માટે બોલાવી લીધો... હા, રાહ જોવાનું કેવું લાગ્યું? તું પી.એ. તરીકે બીજાને રાહ જોવડાવતો હશે ત્યારે એમનેય ખરાબ લાગતું હશે કે નહીં?"

"ઇન્સ્પેક્ટર, મારે ઘણાં કામ છે."

"તું જેને રાહ જોવડાવે એ થોડા સાવ નવરા હોય... અને હા, તારે ઘણાં કામ હોય એ મને ખબર છે. કાલે દીપક મનવાનીને મળ્યોને? અને આ તો ઠીક છે કે રાઘવન કોમામાં છે, નહીંતર એની સાથેય કેટલી વાતો કરવી પડે. ખૂબ લાંબો દિવસ અને કાળી મજૂરી."

"સર, એ તો..."

"લેટ મી ફિનિશ... રાજાભાઉ જૂહુ આવવાના હતા, ક્યારે આવવાના હતા એ તને અગાઉથી ખબર હતી. કોના કહેવાથી બૉમ્બ મુકાવ્યો તેં?"

"સર, મેં બૉમ્બ મુકાવ્યો? પણ હું શા માટે આવું કરું?"

"પૈસા માટે તું બધું કરી લે. બાકી તારા પગારમાંથી મોંઘાદાટ શોખ થોડા પરવડે. તારા ડિઝાઇનર ક્લોથ, વૉચ, સ્પ્રે, પરફ્યુમ, બેલ્ટ, શૂઝ, આઇપેડ, આઇફોન અને ન જાણે બીજા કયા કયા શોખ હશે તને..."

"સર, એ તો કરકસરથી જીવું અને બચત કરું એટલે..."

"હા પાછી સારી કૉલગર્લ... ને ગામમાં પરિવારનેય ઘર ચલાવવાના પૈસા મોકલવાના... જમીન ખરીદવાના પૈસા મોકલવાના..."

"સર..."

"વચ્ચે નહીં બોલવાનું. જો તને પાંચ-સાત દિવસ અંદર કરી દેવા માટે પૂરતાં કારણ છે... તું નજર સામે રહે એ મને ગમે એટલે એવી ઇચ્છા તો છે જ સિવાય કે..."

"સિવાય કે શું સર?"

"તું પૂરેપૂરો સહકાર આપ... જો મને તારા વિશે ખબર છે એમ વિનોદ વિશેય છે. હું કૉલ ચેક કરી રહ્યો છું, તું જુઠ્ઠું બોલ્યો એટલે તારો ખેલ ખતમ."

"કંઈ નહીં છુપાવું... તમે પૂછો..."

"સૌથી પહેલાં વિનોદ વિશે જે જાણતો હોય એ કહી દે."

"સર, એમને કોઈ પણ હદે ને કોઈ પણ રીતે સીએમ બનવું છે. આ માટેની ચાવી અશોક આનંદે મારી છે. વિનોદજી પ્રમાણમાં ભોળા છે, પણ આ અશોક મોટો ખેલાડી છે. મેં સાંભળ્યું છે કે પહેલાં ચૂંટણીના નામે અને પછી સરકાર રચવાને નામે તેણે ઘણા ઉદ્યોગપતિઓ અને બિલ્ડર્સ પાસેથી મોટી રકમ વિનોદજીના નામે લીધી છે. આનો કોઈ હિસાબ હોય નહીં. તેણે ઘણા ગોટાળા કર્યા હશે..."

"એ તું સાચું બોલ્યો. પણ વિનોદ વિશે વધુ બોલ... અચ્છા પહેલાં એ કહે કે એના મોબાઇલ ફોનમાં કેમ કોઈ કૉન્ટેક્ટ નંબર સેવ નથી કરાયેલા?"

"સર, એમની મૅમરી અદ્ભુત છે. હજારો નંબર મોઢે છે..."

"વાહ... વાહ... અને એની એક ડિજિટલ ડાયરીમાં કોઈ એ.એ. જેવું નામ છે પણ નંબર ગાયબ છે... આ એ.એ. એટલે અશોક આનંદ કે બીજું કોઈ?"

"ખબર નથી સાહેબ... ડિજિટલ ડાયરી તો મેં ક્યારેય નથી જોઈ. કદાચ

અમેરિકામાં વાપરતા હોય?"

"હમમ... અમેરિકામાં રહેતા હતા ત્યારનું કંઈ જાણે છે?"

"ના, હું તો સાહેબ ભારત આવ્યા પછી નોકરીએ લાગ્યો. આ અશોક આનંદ ચોક્કસ જાણતો હશે."

"ઠીક છે. પણ તપાસ ચાલે ત્યાં સુધી આંખ, કાન ખુલ્લા રાખજે, તો ફાયદો થશે સમજ્યો?"

*

**રાહુલ શુક્લની ડાયરી**

*શતરંજનાં એક-એક પ્યાદાં અડધાં પ્રકાશમાં હતાં, ને અડધા અંધારામાં... બધા સાથે આવે તો જીગશો પઝલ ઉકેલાય નહીંતર નારાયણન કપૂર સત્તાના ચક્રવ્યૂહમાં ફસાયલો જ નહીં રહે, કદાચ નોકરીય ગુમાવી બેસે. જીવ જોખમમાં મુકાય તોય નહીં. ભયાનક ભોરિંગના દરમાં હાથ જો નાખવો પડ્યો છે.*

# ૧૪

## બ્રેકિંગ ન્યૂઝ

*સ્થાનિક ગૌરવ સંગઠનનાં વડાં ક્વીન માને તેડું મોકલાયાનો રાજભવનનો રદિયો... સરકાર સમયસર રચાય એ જીતેલા પક્ષની જવાબદારી... બર્વે ખૂન કેસમાં પોલીસના સુસ્ત વલણની ટીકા... માજી નાયબ મુખ્ય પ્રધાન શિંગોટેની અન્ય પક્ષોને લોકશાહીના રક્ષણ માટે એક થવાની અપીલ...*

*

પહેલી વાર રાજભવન, એની ભવ્યતા અને ભપકો જોનારી ક્વીન માને જ્યાં-ત્યાં બંડુ ઘોંડગે દેખાવા માંડ્યા. બાપાની ઇચ્છા હતી એકવાર ક્વીન ઍલિઝાબેથને મળીને સેલ્યુટ કરવાની. એ રાજા રજવાડાં ગયાં, બ્રિટિશરો ગયા પણ એમની વિકૃત જાહોજલાલીના પ્રતીકસમાં રાજભવન ટકી રહ્યાં. જો કે ક્વીન મા સાથે આવેલો વિનોદ, બંધારણીય નિષ્ણાત ધારાશાસ્ત્રી રાજભાઈ વશી અને પાંચ વિધાનસભ્ય કંઈક જુદા જ સપનામાં રાચતા હતા.

રાજભવનનો વિસ્તાર અને વ્યાપ જોઈને અંજાઈ ગયેલી ક્વીન માને એ ફાઇવ સ્ટાર હોટેલથી વિશેષ લાગ્યો. અહીંની સુવિધા, જાહોજલાલી જોઈને કેટલા સ્ટાર અપાયઃ ટ્વેન્ટી ફાઇવ? ખેર, પક્ષના બધા વિધાનસભ્યની સહી સાથે રાજ્યપાલને આવેદન સુપરત કરાયું કે 'પક્ષના વરિષ્ઠ નેતા રાજાભાઉ બર્વેના અકાળે થયેલા કરુણ અવસાનને લીધે અમે હજી એક સપ્તાહ સુધી સરકાર રચવા અસમર્થ છીએ. પ્રવર્તમાન વિધાનસભાની મુદત પૂરી થવા આડે હજી ૨૦ દિવસ બાકી છે, તો અમારી આ વિનંતી સ્વીકારવા નામદાર શ્રી રાજ્યપાલ સાહેબને નમ્ર અરજ.'

રાજ્યપાલ કે. વી. રામકૃષ્ણને 'આઈ વિલ લૂક ઇન ટુ મેટર' જેવો સરકારી-શુષ્ક પ્રતિભાવ આપ્યો. હાઈ ટી લઈને બધા નીકળ્યા. એ સાથે જ રાજભવન હરકતમાં આવી ગયું. કોઈએ દિલ્હી ફોન કર્યો, કોઈએ શિંગોટેને તો કોઈએ મીડિયાને.

*

"યાર અશોક, મારો પ્રોબ્લેમ શું છે એ ખબર છે તને? કોઈ માણસ ગમી જાય તો નજરથી દૂર કરવાનું મન જ ન થાય. એકાદ વર્ષમાં તારાથી થયો એટલો ફાયદો કોઈથી થયો નથી. એટલે થયું કે ચાલ, તને મળી લઉં... તને વાંધો નથીને મારા આવવા સામે?"

નારાયણન કપૂર મજાક કરતો હતો એ અશોક જાણતો હતો. છતાં નાછૂટકે બોલવું પડ્યું, "નોટ એટ ઑલ. બોલો હજી, હવે શું સેવા કરું?"

"અરે યાર, મુંબઈના એક-એક મોટાં માથાં તને ઓળખે છે. કેટલાંક ખોટાં માથાં પણ. ન જાણે ભારતભરમાં ક્યાં ક્યાં તારા કૉન્ટેક્ટ હશે. આ કેસ પતી જાય પછી આપણે તારી સાથે દોસ્તી કરવી છે હો... મુઝસે દોસ્તી કરોગે?"

"સર, હું થોડા ટૅન્શનમાં છું. પ્લીઝ કમ ટુ ધ પૉઇન્ટ.

"આ બર્વે મોટે ભાગે તારા થકી જ વાત કરતો હતો વિનોદ સાથે? શું માનતો હતો એ પોતાના યંગ હરીફ વિશે?"

"સર, એ તો વિનોદને જરાય સિરિયસલી લેતા જ નહોતા. બાળક જ ગણતા હતા. સવારે નવ વાગ્યાની મિટિંગ નક્કી થઈ હોય, ત્યારે બર્વે હસતાં-હસતાં બોલતા કે એ બચ્ચાને નવડાવી-ધોવડાવીને દૂધ પીવડાવીને મિટિંગમાં મોકલજે, નહીંતર ક્યાંક ભૂખને લીધે રડવા ન માંડે."

નારાયણન હસી પડ્યો, "અચ્છા?"

"અને સર એક વખત એમના માણસે મને ફોન પર કહ્યું કે આ વિનોદ વિશે છાપામાં સારું સારું છપાવ્યું હો... કમ્પ્યૂટર એન્જિનિયર છે, મૅનેજમૅન્ટ એક્સપર્ટ છે, ફોરેન રિટર્ન છે, યંગ છે, મૉર્ડન છે, આવતી કાલનો લીડર છે..." આટલું વાંચીને બર્વે સાહેબ હસી પડ્યા... પછી બોલ્યા કે ભલેને આવતી કાલનો લીડર બને, આજનો લીડર તો હું છું હું. જો તોફાન કર્યાં તો આકરી સજા મળશે આ સ્કૂલના બારકસ બચ્ચાને..."

"અચ્છા આ બચ્ચા, આઇ મીન વિનોદ સાથે તારે ઈતના યારાના ક્યું ભાઈ?"

"અમે સાથે ભણ્યા હતા. હમ-ઉમ્ર છીએ. એ મારી જેમ યંગ છે, ડાયનેમિક છે, પ્રૅક્ટિકલ છે, લેણદેણ સમજે છે."

“ઘણું સમાન છે તો સાથે મસ્તીય કરતા હશોને?”

“અફકોર્સ, ક્યારેક ક્યારેક...”

“વિનોદ તારી સાથે બધું શેર કરે...?”

“મોટે ભાગે...”

“એટલે?”

“પ્લીઝ, તમારા સુધી જ રાખજો આ વાત. ક્યારેક ખાસ ફોન આવે તો મને ઇશારો કરે કાં તો પોતે સ્માર્ટલી બહાર જતો રહે...”

“કોના ફોન હોય?”

“સર, મને લાગે છે એક જ વ્યક્તિનો ફોન હોવા જોઈએ.”

“તમે પૂછ્યું નહીં ફાસ્ટ ફ્રેન્ડને?”

“પૂછ્યું, તો એ ગુસ્સે થઈ ગયો મારા પર.”

“તમને શું લાગે છે, કોણ હશે?”

“નો આઇડિયા.”

“આઇ મીન લેડીઝ કે જેન્ટ્સ?”

“કદાચ લેડીઝ... એક વાર ગુસ્સામાં બોલી ગયો કે થાય એ કરી લે તારા જેવી કેટલી આવી ને ગઈ...”

“ગુડ, વિનોદને ભારે પડે એવી કોઈ છોકરી તમારા ધ્યાનમાં ખરી?”

“ના, કોઈ જ નહીં. અહીં તો સ્થાનિક ગૌરવ સંગઠનના ટોપના લીડર સાથે પંગો લેવાની હિંમત કરેય કોણ? આમેય વિનોદ દરેક સંબંધમાં સ્પષ્ટ અને ઉદાર રહે એવો છે.”

“હું સમજ્યો નહીં.”

“એ ચોખ્ખું કહી દે. લગ્ન-પ્રેમની માથાકૂટમાં મને રસ નથી. એક જ પોલિસી, બી ફ્રેન્ડ એન્જોય ઑન્લી. એ છોકરીઓને મોંઘી ગિફ્ટ આપે. આ લેવડદેવડ સરસ રીતે ચાલતી હતી.”

“ગુડ, વેરી ગુડ. તો મળીએ ફરી. અરે હા, વિનોદ માટેનું ફંડ તમે સંભાળતા હતા એવું મે સાંભળ્યું એ સાચું?”

“હા, હું સંભાળતો જ નહોતો, મોટી રકમ મૅનેજ પણ કરી આપતો હતો.”

“આઇ લાઇક ઈટ. મોટી કેપેસિટીવાળા માણસો મનેય બહુ ગમે. એટલે ક્યાંથી કેટલી રકમ આવી, કેટલી વપરાઈ એ બધું તમારા હસ્તક... પાછી રોકડમાં હોય એટલે...”

“સર, રાજેશ શિંદેને જલન થતી મારાથી. એનાથી સહન નહોતું થતું મારું

ઇમ્પોર્ટન્સ. મેં ક્યારેય કંઈ ખોટું કર્યું નથી...”

“તો પછી ટાંકીમાં જે રોકડ હતી એ?”

“સર, હજી તો સરકાર રચવાની બાકી છે. એમાં કેટલી રકમની જરૂર પડે એ કોણ કહી શકે?”

“એટલે તમારા અને વિનોદ વચ્ચે ક્યારેય ફંડ વિશે ગરમાગરમી થઈ નથી?”

“થઈ બે-ત્રણ વખત. એ એના ટેન્શનમાં હોય ને હું મારા. પણ બે-પાંચ મિનિટ પછી બધું નૉર્મલ. મને ખબર છે કે શિંદેએ તમારી કાનભંભેરણી કરી છે.”

“યાર, આ શિંદે વિશે કંઈક જણાવો...”

“એ પક્ષના થોડા ભણેલા-ગણેલા કાર્યકરોમાંનો એક છે. ‘ગૌરવ સદન’થી એને મોકલાયો છે. બહુ નાના મનનો છે, કાચા કાનનો છે.”

“એ વિનોદ સાથે ડબલ ક્રૉસની ગેમ રમતો હોય એવું લાગે છે?”

“હોઈ શકે. પક્ષનો જૂનો માણસ છે. સાંભળ્યું છે કે બર્વેના એના પર ચાર હાથ હતા.”

“એટલે બર્વેએ એને વિનોદને માથે મુકાવ્યો હોય અથવા ક્વીન મા કે નંદકિશોરે.”

“નંદકિશોર?”

“તું નહીં સમજે એ.”

અશોકથી છૂટા પડીને નારાયણન વિચારમાં પડી ગયો. કમાલનું કોકડું છે. એને જેટલું ઉકેલવા મથું એટલું વધુ ગૂંચવાતું જાય છે. ત્યાં જ ડી.સી.પી. રતન બલસારાનો ફોન આવ્યો. “દસ-પંદર મિનિટમાં આવું છું, કમિશનરને મળવા જવાનું છે.” નારાયણનને આ ન ગમ્યું, પણ કરે શું?

એ ૧૫ મિનિટનો સદઉપયોગ કરવા માંડ્યો. એક-એક ખબરી, જૂના પોલીસવાળા, વિશ્વાસુ પોલીસવાળા, કેટલાક વરિષ્ઠ પત્રકારો, ફાઇવ સ્ટાર હોટેલના વેઇટર, બાર ટેન્ડરને ફોન કરીને પૂછવા માંડ્યો અને કહેવા માંડ્યો કે વિનોદ અને બર્વે વિશે જે અને જેટલી માહિતી મળે એ ફટાફટ આપો. આ કામ આટોપ્યા પછી નારાયણનને થતું હતું કે કંઈક એકદમ સહજ પણ બહુ મહત્ત્વની બાબત પોતાના ધ્યાનમાં આવી નથી કાં ધ્યાનમાં આવ્યા બાદ એને મહત્ત્વ અપાયું નથી, નહીંતર આ બૉમ્બધડાકા જેવા કેસમાં કોઈ અપરાધી, અંડરવર્લ્ડ, આતંકવાદી સંગઠન કે અન્ય કોઈનું નામ સુધ્ધાં ન ઊછળે? કોઈ શકમંદ ન હોય? કંઈક ભૂલ થાય છે, બહુ મોટી ભૂલ. સાચી દિશા દેખાયા પછી વાર નહીં લાગે. કંઈક યાદ આવતાં તેણે પત્રકાર મિત્ર રાહુલ શુક્લાને

ફોન કર્યો. "વિનોદની અમેરિકાની વિગતો મળી?"

"હા, કાલે જ મળી. વાંચી રહ્યો છું. પહેલી નજરે ખાસ કંઈ લાગતું નથી. નોંધ બનાવીને મોકલું તને."

"ના, ના. નોંધ બનાવવાનું કે મોકલાવવાનું રહેવા દે, જે કંઈ આવ્યું હોય એ બધું અક્ષરમાં મને મોકલી દે હમણાં જ."

"ઓ.કે, જેવી તારી ઇચ્છા. પણ આ વિનોદ પ્લેબૉય છે, એ નક્કી હો."

*

રતન બલસારા અને નારાયણન કપૂર એક જ ગાડીમાં પોલીસ કમિશનરને મળવા જઈ રહ્યા હતા. નારાયણન જાણતો હતો કે બલસારા તો શિંગોટેનો ફેવરિટ છે. એના પુરાવારૂપે બલસારાના કોટના ડાબા ખિસ્સામાં એક મોબાઇલ ફોન ઑન હતો કે જે શિંગોટેનો માણસ સાંભળતો હતો. ફોન ચાલુ હોવાનું જાણતો ન હોવા છતાં નારાયણન બહુ ઓછું બોલતો હતો. સાચી માહિતી આપતો નહોતો. એ ગોળગોળ વાતો કરતો કે જે બલસારાને ગળે ઊતરતી નહોતી.

*

## રાહુલ શુક્લની ડાયરી

*શું બર્વેની હત્યા રાજકીય ષડ્યંત્ર હતું? કે પછી બીજાં કોઈ પરિબળ જવાબદાર હતાં? બર્વે મુખ્ય પ્રધાન ન બને એમાં ક્વીન મા, વિનોદ, નંદકિશોર અને શિંગોટે સહિતના ઘણાને રસ હતો. તો કાતિલ કળા કરી કોણ ગયું? આ બધામાં નવાણિયો નારાયણન કપૂર કુટાઈ જશે?*

## ૧૫

### બ્રેકિંગ ન્યૂઝ

*રાજ્યપાલ દિલ્હીની મુલાકાતે... કર્ટસી વિઝિટ ગણાવાઈ... આજે સાંજે સ્થાનિક સ્વરાજ સંગઠન સિવાયના પક્ષોની સંયુક્ત બેઠક... સરકાર રચવા ફોર્મ્યુલા ઘડવાની હિલચાલ... એકતા સ્થપાય તો ક્વીન માના સંગઠનના ભાગલા પડી શકે...*

*

નારાયણન કપૂર પાસે વિનોદ ક્વીન માના રૂમમાંથી રેકૉર્ડરની ટેપ આવી ગઈ. એ ઇયર ફોન મૂકીને સાંભળવા માંડ્યો. મોટા ભાગના રૂટિન ફોન: કોઈક ઉદ્યોગપતિ ટેકો આપતો હતો, ફંડ આપવા તૈયાર હતો. અમુક તંત્રી આગળ વધવાનો આગ્રહ કરતા હતા. પક્ષના કાર્યકર્તા અને વિધાનસભ્યો ચાપલુસી કરતા હતા. આ બધામાં બે-ત્રણ ફોન રસપ્રદ લાગ્યા. એ કોઈ પર ખિજાતો હતો; 'હવે મને ફોન કરવાનો નહીં, મારે એ બાબતની ચર્ચા જ કરવી નથી. ફૉર મી ધેટ મેટર ઇઝ ઓવર.' બીજા ફોનમાં એ ભયંકર ગુસ્સામાં લગભગ બરાડતો હતો, "લિસન મી કેરફુલી... હું કંઈ ઉંદર, બિલાડી કે કૂતરું નથી કે તારાથી ડરી જાઉં. જા જા, તારાથી થાય તે કરી લે. જો હું વીફર્યો તો તારું એ ટુ ઝેડ બધું પૂરું થઈ જશે કાયમ માટે. હા, હા, જેનો વાંક હતો, જે બેવકૂફ હતો, તેણે ભોગવ્યું. સમજી?"

નારાયણનને થયું કે આ કવાયત નકામી ગઈ. વિનોદ એ ધમકી કંઈ બર્વેને નહોતો આપતો. પણ લૅન્ડલાઇન પરથી ફોન તેને કોણ કરતું હશે?

આ બધું થઈ ગયું, પણ એમાંનું કંઈ નારાયણને રતન બલસારા સાથે શૅર

ન કર્યું. બલસારા સાથે જતાં અગાઉ તેણે કમિશનર પીટર ડિકોસ્ટાને એસ.એમ. એસ. કર્યો કે, મારે આપની સાથે એકલામાં વાત કરવી છે, પ્લીઝ.

પોલીસ કમિશનર ડિકોસ્ટાએ બંનેને જરાય મીઠો આવકાર ન આપ્યો. ચાનું સુધ્ધાં ન પૂછ્યું.

તેમણે સ્પષ્ટ શબ્દોમાં કહી દીધું, "જુઓ, સ્થાનિક ગૌરવ સંગઠન નવી સરકાર ન રચે ત્યાં સુધી ટૅક્નિકલ જૂની સરકાર રહેશે. જો વિધાનસભાની મુદત પૂરી થઈ જશે તો કદાચ રાષ્ટ્રપતિશાસન આવી શકે. આનો રાજકીય અર્થ શું થાય એ સમજાવવાની જરૂર નથી. મેં દિલ્હીથી ચાર દિવસની માંડ માંડ મુદત માગી છે. એમાં કેસ સંતોષજનક રીતે ન ઉકેલાય તો સી.બી. આઇ. આપણા માથા પર તબલાં વગાડશે. હું નથી ઇચ્છતો કે મુંબઈ પોલીસનું નાક કપાય. મારા રિટાયરમેન્ટના મહિના અગાઉ નામ પર આ કલંક મને ન જોઈએ. આઇ હોપ બોથ ઑફ યુ અન્ડરસ્ટેન્ડ. ઈસ ધેટ ક્લિયર?"

બંને 'યસ સર' સિવાય શું બોલે? કમિશનર ડાયરી ખોલીને કંઈક કરવા માંડ્યા, એ અપમાનજનક ઇશારો હતો કે હવે ટળો અહીંથી. બંને 'જય હિંદ' સાથે સેલ્યુટ કરીને ઊભા થયા. નારાયણનને નવાઈ લાગી કે કમિશનરે પોતાને રોક્યો નહીં. ફોન ચેક કર્યો તો એમનો મૅસેજ પણ નહોતો. એ ધીમે પગલે ચાલવા માંડ્યો. બલસારાએ ઉતાવળ કરી. બંને ગાડીમાં બેઠા અને નારાયણનનું મોઢું પડી ગયું. ગાડી સ્ટાર્ટ થઈ ત્યાં જ બલસારાના ફોનની ઘંટડી વાગી... "હલ્લો... યસ સર... ઓ.કે... ઓ.કે... જય હિન્દ સર." ફોન પૂરો થયા બાદ બલસારા એકદમ નારાયણન સામે જોઈ રહ્યા. "તને કમિશનરસાહેબ બોલાવે છે. જલદી જા. પછી એમની મિટિંગ છે."

નારાયણને ડરવાનો ડોળ કર્યો, "સર, પાછું શું કામ હશે?"

બલસારા હસી પડ્યો, "એકલામાં શાબાશી આપવી હશે. જા જલદી. એવું કંઈ હોય તો સાંજે પાર્ટી કરીએ હો."

નારાયણન ઉતાવળે કમિશનર પાસે ગયો. "બોલો શું હતું?"

"સર તમે જાણો છો કે બલસારા સાહેબની હાજરીમાં હું કેમ..."

"એ બધું મને ખબર છે, બોલો શું કહેવું છે?"

"સર, આ વિનોદ ક્વીન મા બહુ ભેદી અને હરામી માણસ છે."

"એટલે તેણે બર્વેને મરાવી નાખ્યો એવું કહેવું છે?"

"સર અત્યારે તો એ જ મેઇન સસ્પેક્ટ લાગે છે."

"નારાયણન, બી પ્રૅક્ટિકલ. એ બર્વેને શું કામ મારે? પાર્ટીની અંદરની ખબર

એવી છે કે વિનોદનું સી.એમ. બનવાનું નક્કી હતું. એ તો ઠીક, મારવો જ હોય તો પોતાના બંગલોમાં બોલાવીને મારી નાખે?"

"બસ, સર બધાને આપની જેમ લાગે. એવું વિચારીને જ તેણે પોતાના બંગલોમાં, પોતાની હાજરીમાં બર્વેને પતાવી નાખ્યો. ખૂબ ચાલાક છે, અય્યાશ છે, કરપ્ટ છે..."

"એ બધા મુદ્દા મહત્ત્વના નથી. બર્વે સામે કોને દુશ્મની હતી? એ કોને નડતો હતો એ સવાલોનો જવાબ શોધો ફટાફટ. ઈઝ ધેટ ક્લિયર?"

'ઓ.કે. સર, જય હિન્દ' નારાયણન ઊભો થયો ત્યાં જ ડિકોસ્ટાએ જનોઈવઢ ઘા માર્યો, "હું તમને બાહોશ માનતો હતો. આ વિનોદને મુખ્ય શકમંદ માનવાની થિયરી એકદમ બકવાસ લાગે છે. ખેર, ચાર દિવસ બચ્યા છે હવે."

*

નારાયણને વિનોદના મોબાઇલ પર લૅન્ડલાઇન પરથી આવેલા બે નંબરના લોકેશન અને ઍડ્રેસ ફટાફટ પોતાને જણાવવાનો આદેશ આપ્યો. એ જ સમયે એક ખબરીનો ફોન આવ્યો, "સર, ચુનાભઠ્ઠીની એક ગૅંગના લીડર કટપ્પાને અશોક આનંદે કંઈક કામ સોંપ્યું હતું. એની અડધી રકમ આપવા માટે વિનોદનો પી.એ. રાજેશ શિંદે ગયો હતો."

"આ કટપ્પા કરે છે શું?"

"સર, એ દેશી કટ્ટા વેચે છે, ક્યારેક રિવૉલ્વર પણ. એક વાર કોઈકને ડરાવવા નાનો બૉમ્બ પણ આપ્યો હોવાની ચર્ચા સાંભળવા મળી."

"કટપ્પાનું એડ્રેસ છે?"

"સર, એનું રહેવાનું નક્કી નહીં. ક્યારેક કાશ્મીર જાય, ક્યારેક ગઢચિરોલી અને ક્યારેક ઇમ્ફાલ પણ જાય અને ચુનાભઠ્ઠીમાં હોય ત્યારે કોઈ નાનકડી ગંધાતી હોટલમાં રહે."

"અચ્છા, અત્યારે ક્યાં છે એની ખબર મળે તો જણાવ અને હા, એનો કોઈ ફોટો મળે?"

"ટ્રાય કરું સર. થોડી વારમાં મૅસેજ કરું."

નારાયણન કપૂરે તરત જ કમિશનર ડિકોસ્ટાને બધી વાત કરી. સામેથી સૂચના મળી, "કટપ્પા, અશોક અને શિંદેની એવી આગતાસ્વાગતા કરો કે જિંદગીભર ન ભૂલે. આઇ એમ હેપ્પી કે તમારી વિચિત્ર થિયરી સાચી પડી શકે એમ છે. પણ બર્વેને રસ્તામાંથી હટાવવાનો વિચાર મોટી મૂર્ખામી લાગે છે મને તો. એની વે, ઝડપ કરો."

જૂહુ પોલીસ સ્ટેશન તરફથી તરત ચુનાભઠ્ઠી પોલીસનો સંપર્ક સધાયો. કટપ્પાને પકડવાનો છે, એના પર નજર રાખો. જૂહુ પોલીસની એક ટીમ ચુનાભઠ્ઠી જવા તરત રવાના થઈ ગઈ. નારાયણને તરત અશોક આનંદ અને રાજેશ શિંદેને ફોન કરીને બોલાવ્યા. પહેલેથી જ વ્યવસ્થા કરી રાખી કે બંનેને અલગ અલગ રૂમમાં બેસાડવા. બંનેને આવી ગયાને ૨૦-૨૫ મિનિટ થઈ. એટલી વારમાં નારાયણનના ફોનમાં કટપ્પાનો ફોટો આવી ગયો. પહેલા કોની પાસે જવું? નારાયણને મલકાઈને સિક્કો ઉછાળ્યો. એને 'શોલે' યાદ આવી ગઈ. ઉછાળેલા સિક્કાનું રિઝલ્ટ જોયા વગર એ શિંદેની રૂમમાં ગયો. "સૉરી, રાહ જોવડાવવી પડી. આ અશોક આનંદ અઠંગ ખેલાડી છે. જલદી માને તો પતે. પણ એણે તો બધું તારા પર ઢોળી દીધું કે બધું તેં ગોઠવ્યું હતું અને પૈસા આપવાય તું ગયો હતો. ખેર, અમારે તો કેસ સોલ્વ થવો જોઈએ બોલ, તને કબૂલ છે?"

"એક... એક... મિનિટ સર. તમે શું કહો છો એ મને સમજાયું નહીં. શું કબૂલ કરાવવું છે તમારે મારી પાસે?" શિંદે ગભરાયો.

"એક તો તમે લોકો ગુનો કરો ને પાછા સવાલ બહુ પૂછો. જો આને ઓળખે છેને?" નારાયણને મોબાઇલ ફોનમાં કટપ્પાનો ફોટો બતાવ્યો. શિંદે એની સામે જોઈ રહ્યો. અચાનક ત્રાટકીને નારાયણને એને તમાચો ઝીંકી દીધો. "બોલ, ઓળખે છે કે નહીં?" જવાબમાં વાર લાગી તો નારાયણને ફરી બે લાફા ચોડી દીધા.

"બોલ, બૉમ્બ લેવા માટે આને રૂપિયા આપવા ગયો હતો કે નહીં?"

"બૉમ્બ? ના. ના. શું હતું એ મને ખબર નથી. હું તો અશોકના કહેવાથી ૭૫ હજાર આપવા ગયો હતો."

"ગુડ, તારા વિનોદ સરને વાત કરી હતી ખરી?"

"હા, સર."

"એ કંઈ ન બોલ્યા?"

"ના કદાચ એમને ખબર હશે."

"તેં અશોકને પૂછ્યું નહીં કે આવા માણસને શા માટે મળવું છે? શેના માટે પૈસા આપવા છે?"

"એ સરની એકદમ નજીક, બધા નિર્ણયો લે. સવાલ પૂછીએ તો ઉદ્ધતાઈથી બોલે, અપમાન કરે. એક વાર વિનોદ સરે પ્રચાર દરમિયાન જાહેર પણ કર્યું હતું કે અશોક બોલે એ બધાએ કરવાનું. કોઈ સવાલ નહીં ને ક્યાંય ચર્ચા નહીં."

અચાનક નારાયણન વીફર્યો. રાજેશ શિંદેને કોલરથી પકડીને, આંચકા સાથે નજીક ખેંચીને, આંખમાં આંખ પરોવીને પૂછ્યું, “એ કૂવામાં પડવાનું કહે તો એમ કર્યું હોત તેં?”

*

**રાહુલ શુક્લની ડાયરી**

*કટપ્પા નામના રિયલ ખૂનખાર વિલનની એન્ટ્રીથી નારાયણન કપૂર, પીટર ડિકોસ્ટાને ખૂન કેસમાં મેજર બ્રેકથ્રુ મળ્યાનો સંતોષ હતો. ખૂની હાથવેંતમાં લાગતો હતો, પણ એ સાચું પડશે ખરું? કટપ્પાને પૈસા મોકલાવાયા હતા શેના માટે?*

# ૧૬

**બ્રેકિંગ ન્યૂઝ**

*પોલીસ કમિશનર સાથે રાજ્યપાલે કરેલી કાયદો અને વ્યવસ્થાની સ્થિતિની ચર્ચા... અન્ય પક્ષોની બેઠકમાં પૂરતા વિધાનસભ્યોનો મેળ ખાતો નથી... મુંબઈ પોલીસની વધેલી ચહલપહલ પણ મોઢા પર અલીપુરી તાળું...*

*

રાજેશ શિંદે ડઘાઈ ગયો. એ એકદમ રોવા માંડ્યો. "સ... સર... આઇ એમ ઇનોસન્ટ... મા કસમ... પ્લીઝ, સેવ મી..." નારાયણને એને રડવા દીધો. એ શાંત પડ્યો, એટલે નારાયણને પાણીનો ગ્લાસ ધર્યો. "જો તને કદાચ ફસાવાયો હોય. બધું કામ અશોકનું લાગે છે કાં વિનોદનું."

"આઇ ડોન્ટ નો સર, હું નિર્દોષ છું."

"તારી નિર્દોષતા પુરવાર થઈ શકે જો હું કહું એમ કરે તો."

શિંદે રીતસર કરગરવા લાગ્યો, "હું કંઈ પણ કરીશ, બોલો સર શું કરવાનું છે?"

*

અશોક આનંદના ચહેરા પર ચીડ હતી. એક તો મોબાઇલ ફોન લઈ લીધો ને પાછો અડધો કલાકથી વધુ સમય બેસાડી રાખ્યો છે. વિનોદ મુખ્ય પ્રધાન બને એટલે સૌથી પહેલું કામ આ ઇન્સ્પેક્ટરની ક્યાંક બદલી અને પછી ખોટા આરોપ મૂકીને સસ્પેન્ડ. એને મારા તળિયા ચાટવાની ફરજ ન પડાવું તો મારું નામ અશોક આનંદ નહીં.

અચાનક વાવાઝોડાની જેમ નારાયણને રૂમનો દરવાજો ખોલ્યો અને તેણે રાજેશ શિંદેને અંદર ધક્કો માર્યો. શિંદેના ચહેરા અને કપડાં પર ઠેર ઠેર લોહીના ડાઘ હતા. આંખ સૂજી ગઈ હતી. કપડાં ફાટેલાં હતાં. વાળ એકદમ વિખરાયેલા હતા. પગમાં બુટ નહોતા. એ અશોક પાસે જઈને ઊભો રહી ગયો. નારાયણન કપૂર અશોક પાસે જઈને તોછડાઈથી બોલ્યો, "ઊભો થા, પેલાની સાથે ઊભો રહે."

અશોકને કંઈ સમજાયું નહીં. એ કંઈક બોલવા ગયો તો નારાયણને કાંઠલો પકડીને ઊભો કર્યો, "મારી પાસે ટાઇમ નથી ગુનેગારો માટે... સામે ઊભો રહે... જે પૂછું એના સાચા અને ટૂંકમાં જવાબ જોઈએ મને... ચુનાભઠ્ઠીના કટપ્પાને ઓળખે છે?"

"ના, ના, એ કોણ?"

"એને કોઈ કામ સોંપ્યું હતું?"

"હું ઓળખતો જ નથી તો..."

"એને આપવા પૈસા મોકલાવાયા હતા?"

"અરે પણ..." એ વાક્ય પૂરું કરે એ પહેલાં નારાયણન કપૂરે એક મુક્કો એના જડબા પર જડી દીધો. "તને કંઈ ખબર નથી, તું એને જાણતો નથી, બરાબર? તો હવે સાંભળ તારો બાપ શું કહે છે એ... બોલી દે શિંદે સાચેસાચું."

"સર, મને આ અશોક આનંદે ૭૫ હજાર ચુનાભઠ્ઠીના કટપ્પા સુધી પહોંચાડવા માટે આપ્યા હતા. સાથે ખાસ સૂચના કહેવડાવી હતી કે બૉમ્બથી માણસ ન મર્યો તો આ પૈસાય પાછા આપવા પડશે. હું જઈને એ રકમ આપી આવ્યો હતો."

"ક્યારની વાત છે આ?"

"રાજાભાઉ બર્વેનું બૉમ્બબ્લાસ્ટમાં મોત થયું એની આગલી સાંજની ઘટના છે આ."

"જો અશોક આનંદ, હવે સાચું બોલવા માંડ. આને મારી મારીને હું થાક્યો છું, પણ મારો પિત્તો ગયો તો ફરીથી કરી શકું છું એ બધું... જલદી બોલવા માંડ નહીંતર..."

"સર, મેં કટપ્પાને પૈસા મોકલાવ્યા હતા. પણ બૉમ્બની વાત જ નહોતી..."

નારાયણન કપૂર ગુસ્સામાં એને મારવા ઊભો થયો ત્યાં મોબાઇલ ફોનની ઘંટડી વાગી. સામેથી સાયન પોલીસ સ્ટેશનનો સબ ઇન્સ્પેક્ટર બોલી રહ્યો હતો. "સર, કટપ્પા તો ગાયબ છે. પણ એના અડ્ડા પરથી સાત કટ્ટા, ત્રણ રિવૉલ્વર અને બૉમ્બ બનાવવાની સામગ્રી મળી છે. કટપ્પાને પકડવાના પ્રયત્નો ચાલુ છે." ફોન મૂકીને નારાયણને અશોકના બે પગ વચ્ચે પૂરી તાકાતથી લાત

ઝીંકી દીધી. ચીસ પાડીને અશોક નીચે ફસડાઈ પડ્યો. નારાયણને અશોકને ધક્કો મારીને કહ્યું, “સાયન પોલીસ સ્ટેશનથી ફોન હતો. તારા બાપ કટપ્પાના અઙ્ગામાંથી બૉમ્બ બનાવવાનો માલ-સામાન મળ્યો છે. તેણે કબૂલ પણ કરી લીધું છે કે તેં એને બૉમ્બ માટે રકમ મોકલાવી હતી અને…”

નારાયણન કપૂર બંનેને અલગ-અલગ રૂમમાં રાખવાનો હવાલદારને ઑર્ડર આપીને પોતાની કૅબિનમાં આવ્યો. તેણે પોલીસ કમિશનરને મૅસેજ કર્યો. “આપની સાથે વાત કરવી છે, વેરી અર્જન્ટ ઍન્ડ ઇમ્પોર્ટન્ટ સર.”

ત્રણ મિનિટમાં કમિશનર પીટર ડિકોસ્ટાનો ફોન આવ્યો. કટપ્પાને કોઈ કામ સોંપાયાની અને પૈસા અપાયાની વાત રમેશ અને અશોક આનંદે કબૂલી લીધાની માહિતી આપી. પણ હજી બૉમ્બ બનાવવા કહેવાયાનું કબૂલતા નથી, પણ કદાચ વિનોદ ક્વીન મા પાસેથી સ્માર્ટલી કબૂલાત કરાવી શકાય. બે પળના મૌન બાદ તેણે પૂછ્યું, “સર, વિનોદને પૂછપરછ માટે અટકાયતમાં લેવાની પરમિશન મળશે મને?”

“આ મુશ્કેલ છે. તારી સાથે મારીય નોકરી જોખમમાં આવી જશે.”

“સર, એવું નહીં થવા દઉં. અશોક આનંદે બર્વેને મરાવીને વિનોદને પકડાવવા માટે આ કાવતરું રચ્યું હોઈ શકે. આનાથી બંને હરીફ મેદાનમાંથી હટી જાય.”

“આવું શા માટે કરે?”

“કદાચ શિંગોટેના કહેવાથી અથવા સ્થાનિક ગૌરવ સંગઠનના અન્ય કોઈ નેતાના કહેવાથી…”

“થિયરી રસપ્રદ છે, પણ પુરાવા અધકચરા છે.”

“સર, આ લીડ ખૂબ ઇમ્પૉર્ટન્ટ છે. મને ખાતરી છે કે આપણે સાચી દિશામાં આગળ વધી રહ્યા છીએ.”

“ઓ.કે. ગો અહેડ. દશ મિનિટમાં ઑર્ડર ફેક્સ કરાવું છું. ઑલ ધ બેસ્ટ.”

નારાયણન કપૂર એકદમ જોશમાં આવી ગયો. “બેટા વિનોદ, હવે તારી ખેર નથી. તારી સત્તાની સાપસીડી સિંહાસનને બદલે તને ન જાણે ક્યાં પહોંચાડશે?”

*

દાદરના ‘ગૌરવ સદન’માં વિનોદને ગૂંગળામણ થતી હતી. મા સતત સાથે હોય કાં નંદકિશોરની નજર તાકતી રહેતી હોય. એને નંદકિશોરની હાજરી માત્રથી વિચિત્ર લાગણી થતી હતી. બે દિવસથી વ્હીસ્કી નહોતી પીધી. આજે સ્કૉચથી નહાવું છે એવું વિચારીને માની રજા લેવો ગયો. “થોડું કામ છે, અશોક સાથે પણ ચર્ચા કરવાની છે. હું જૂહુ જઈ આવું?”

ક્વીન માએ રોક્યો એને. "બેટા, બહુ દિવસે સાથે રહેવા આવ્યો છે. આ ટૅન્શનમાં તું સામે હોઈશ તો મનેય સારું લાગશે."

વિનોદ સહજતાથી જૂઠ્ઠું બોલ્યો, "હા મા, મનેય સારું લાગે છે. પણ કોઈકને મળવાનું છે. કાલે પાછો આવીશ. મા, રોજ સવારે આવીને આખો દિવસ તારી સાથે રહીશ. પછી તો મુખ્ય પ્રધાનના સત્તાવાર નિવાસસ્થાન 'વર્ષા'માં આપણે બે જણ હોઈશું. સાથે, કાયમ માટે."

ક્વીન માએ એના માથા પર હાથ મૂક્યો, "બેટા, તારી બધી ઇચ્છા પૂરી થાય એવા મારા આશીર્વાદ. તું સુખી થા પણ પોતાનું ધ્યાન રાખજે."

"મને શું થવાનું છે, ચિંતા ન કર, હવે જે થશે એ તાજપોશી થશે." આટલું બોલીને વિનોદ ઉતાવળે દાદરા ઊતરવા માંડ્યો. નંદકિશોર એને જોઈ રહ્યો.

*

વિનોદ 'ગૌરવ સદન'થી ઊતરી રહ્યો હતો. ત્યારે કરસનદાદા શિંગોટે હવામાં ઊડી રહ્યો હતો. એ ફોન પર આત્મવિશ્વાસની તડાફડી ફોડતો હતો, "સર, આજ કા દિન જાને દો સિર્ફ. કલ સે સ્થાનિક ગૌરવ સંગઠન કે કિતને વિધાયક મેરે સાથ જુડને કે લિયે રિકવેસ્ટ કરેંગે રિકવેસ્ટ... કુછ પૂછો મત... સિર્ફ દેખતે જાઓ કિ હોતા ક્યા હૈ..."

શિંગોટેએ એક નંબર લગાવ્યો. "સબ ઇન્તેજામ હો ગયા હૈ ના? ઐસા મૌકા નહીં મિલેગા હમેં... હા... અબ દેર ક્યોં કરે?

*

પોલીસ વળાવિયા ગાડી પાછળ અને વિનોદની કાર આગળ. દાદરથી બાંદરા પહોંચતાં ટ્રાફિક મળ્યો સારો એવો. ખબર નહીં કેમ વિનોદને ગરમી થવા માંડી. કારમાં એ.સી. વધાર્યું પણ કંઈ ફરક ન પડ્યો હોય એવું એને લાગ્યું. બાંદરાથી ખાર અને સાંતાક્રુઝ એસ.વી. રોડ પરથી લિન્ક રોડ જવા માટે તેણે લેફ્ટ ટર્ન લીધો. જૂહુ તારા રોડમાં પ્રવેશ સાથે તેણે બારી ખોલી નાખી. એ બબડ્યો, 'કોમ્પ્રેસરમાં પ્રૉબ્લેમ લાગે છે, અથવા ગેસ ખલાસ થઈ ગયો હશે. આ રમેશ શિંદેને નાનાં-નાનાં કામ સમજાવવાં પડે છે.'

વિનોદ પ્રમાણમાં ધીમી ગતિએ ગાડી ચલાવતો હતો. પોલીસની કાર એને ફોલો કરી રહી હતી. અચાનક એક કાર થોડી ખાલી જગ્યાનો લાભ લઈને વિનોદની અને પોલીસની કાર વચ્ચે ઘૂસી ગઈ. પોલીસવાળાના મોઢામાંથી ન નીકળવાના શબ્દો નીકળી પડ્યા. સાંતાક્રુઝ પોલીસ સ્ટેશનના સિગ્નલ પર વિનોદની કાર ઊભી રહી. એ જ સમયે એક સ્કૂટરસવાર એકદમ એની

કારની બારીની અડોઅડ પહોંચી ગયો. તેણે રિવૉલ્વર કાઢીને ધડાધડ ગોળી છોડી પણ સાયલેન્સરને લીધે જરાય અવાજ ન થયો. વિનોદ સ્ટિયરિંગ પર ઢળી પડ્યો અને સતત હૉર્ન વાગવા માંડ્યો. સ્કૂટરસવાર એકદમ આગળ વધીને લ્યુડો થિયેટર અગાઉ લેફ્ટમાં વળી ગયો. પોલીસવાળાને કંઈક અજુગતું થયાની શંકા જતાં ગાડીમાંથી ઊતરીને આવ્યા. જોયું તો વિનોદ લોહીલુહાણ અવસ્થામાં પડ્યો હતો.

*

**રાહુલ શુક્લની ડાયરી**

> *મહારાષ્ટ્રના જ નહીં, દેશના કોઈ પણ રાજ્યના રાજકારણમાં પહેલી વાર આવી ખૂની રમત જોવા મળી નથી. વિનોદ ક્વીન માને પકડીને બર્વે મર્ડર કેસ સોલ્વ કરવાનું સપનું જોઈ રહેલા નારાયણન કપૂર ફરી હતો ત્યાં ને ત્યાં આવી ગયો હતો; ડેડ ઍન્ડ. પણ એ અંત હતો કે વધુ ભયાનક કંઈ બાકી હતું? રાજ્યને અસ્થિર કરવાનું કાવતરું તો નહીં હોયને આ?*

## ૧૭

### બ્રેકિંગ ન્યૂઝ

*મુખ્ય મંત્રીપદ કે એક ઓર દાવેદાર પર હમલા... અસ્પતાલ મેં મૌત સે લડ રહે હૈં યુવાનેતા વિનોદ ક્વીન મા... રાજ્ય મેં પુલીસ કી ઇજ્જત પર ફિર એક ધબ્બા... આમ આદમી ખુદ કો કિતના મહેફુઝ માને?*

*

સાંતાક્રુઝના લ્યુડો થિયેટરથી લેફ્ટ વળીને એ સ્કૂટરસવારે એક ખૂણામાં ગાડી ઊભી રાખી. પછી એ ઉતાવળે પગલે આગળ વધ્યો. એક રિક્ષા રોકીને જરાક આગળ વધતાં પોતાની હેલમેટ દૂર ગટરમાં ફંગોળી દીધી. લેધર કોટ કાઢીને એક પ્લાસ્ટિક બૅગમાં મૂકી દીધો.

રિક્ષા ઘણી આગળ નીકળી ગઈ ત્યારે સાંતાક્રુઝ પોલીસ સ્ટેશનના ઇન્ચાર્જ પી. રાજીવ તરત વિનોદ અને પોલીસની જીપ વચ્ચે આવી ગયેલા ગાડીવાળાને લઈને પોલીસ સ્ટેશનમાં લઈ આવ્યો. તાત્કાલિક વિનોદની ગાડીનો એરિયા કોર્ડન કરી લીધો. ઝડપભેર રસ્તા પરનો ટ્રાફિક બંધ કરાવ્યો. પંદરેક મિનિટમાં એમ્બ્યુલન્સ આવી, જેમાં વિનોદને લઈ ગયા. એના પછી દસેક મિનિટમાં ટેલિવિઝન ચૅનલની ઓબી વેનનું ધડાધડ આગમન થવા માંડ્યું. પી. રાજીવે તાત્કાલિક ડી.સી.પી. રતન બલસારાને ફોન કર્યો અને તેમણે માજી મુખ્ય પ્રધાન કરસનદાદા શિંગોટેને. શિંગોટેએ સખત શબ્દોમાં સૂચના આપી, "વ્યવસ્થિત તપાસ કરો કંઈ પણ નક્કર મળે કે મને તરત જ જણાવો. હમણાં મીડિયા સામે કોઈ વાત નહીં કરે."

*

નારાયણન કપૂર ઑફિસના ઝેરોક્સ મશીન સામે વિનોદ ક્વીન માને અટકાયતમાં લેવાના ઑર્ડરની રાહ જોતો હતો. ત્યાં ખુદ પોલીસ કમિશનર ડિકોસ્ટાનો ફોન આવ્યો. "વિનોદ પર ગોળીઓ છોડાઈ છે. એ હૉસ્પિટલમાં છે. હવે પી. રાજીવ અને બલસારા શું કરશે એ તને કહેવાની જરૂર નથી. તારી પાસે ખૂબ ઓછો સમય છે. કદાચ ગણતરીના કલાકો જ. અપડેટ આપતો રહેજે."

નારાયણનનું મગજ એકદમ બહેર મારી ગયું. એની પાસે હરીફરીને માહિતીના બે સ્રોત હતા: અશોક અને રાજેશ. પોતાના મોબાઇલમાં ટીવી ન્યૂઝ ઑન કરીને એ શિંદેની કેબિનમાં ગયો. "જો, આ તમારા લોકોનું કરતૂત. હવે વિનોદ પર ગોળીઓ છોડાઈ. હજી કહું છું કે પૂરેપૂરું અને સાચેસાચું જણાવી દે, નહીંતર આ વધુ એક કેસમાં ફીટ કરી દઈશ. અમે તો કટપ્પાને ગાયબ કરીને કહી દઈએ કે વિનોદને મારવા માટે એને પૈસા આપવા તું ગયો હતો. આમેય શિંગોટે અને વિનોદના પણ દુશ્મનોના સંપર્કમાં તું હતો જ."

રાજેશ શિંદે જોઈ જ રહ્યો મોબાઇલ ફોન સામે અને નારાયણન સામે "સર મેં કંઈ કર્યું નથી. હું તો..."

"લાળા ચાવવાનું બંધ કર. ફટાફટ વિનોદના દુશ્મનો વિશે જણાવ મને..."

"સર, મને ઝાઝી ખબર નથી. હા, એક વાર કોઈ ડૉ. અસ્થાના સાથે ઉગ્ર જીભાજોડી થતી સાંભળી હતી... તારાથી થાય તે કરી લે. મારું કંઈ બગાડી નહીં શકે... હા, હતી એ મારા ફળદ્રુપ મગજની કલ્પના. તો શું?... ના, હું કંઈ કરતાં કંઈ કબૂલ કરવાનો નથી. ઈઝ ધેટ ક્લિયર? હવે ફોન કર્યો અને મારું મગજ ફટક્યું તો હું જે કરી બેસું એની જવાબદારી મારી નહીં હોય..."

"કોણ છે આ ડૉ. અસ્થાના? ફૅમિલી ડૉક્ટર, સ્પેશ્યાલિસ્ટ કે દોસ્ત?"

"સર, ખરેખર મને કંઈ ખબર નથી."

"મગજ પર જોર દે. બહુ ઓછો સમય છે તારી પાસે, મારી પાસે અને આપણી સૌ પાસે."

નારાયણન ઉતાવળે અશોક આનંદ પાસે ગયો, "જો આ બધું..."

અશોક સ્તબ્ધ થઈ ગયો. "ધિસ કેન નોટ બી પોસિબલ?"

"તારો ઓપિનિયન હમણાં કહું ત્યાં નાખ... કોઈ ડૉ. અસ્થાનાને ઓળખે છે તું?"

"ના, કોણ છે?"

"એની સાથે વિનોદને ઘણી ઉગ્ર વાતો થતી હતી."

"ના, વિનોદ સ્વભાવે એકદમ શાંત છે. એક જ ફોન પર એ ઉશ્કેરાતો

હતો... ઘણી વાર સંભળાવી દેતો હતો કે તું એ છો ને હું ય ઝેડ જેટલો પાવરફુલ છું. સમજી?"

"આ એ એટલે?"

"કંઈ ખબર નથી સર મને. પણ વિનોદને કેમ છે?"

"હમણાં કંઈ કહી ન શકાય." આટલું બોલીને નારાયણન ગુસ્સામાં પોતાના ટેબલ પર જઈને બેઠો. કંઈ ન સૂઝતાં તેણે પોતાનો ઈ-મેલ ખોલ્યો. એમાં પત્રકાર રાહુલ શુક્લનો મેલ વાંચીને એ એકદમ ઊભો થઈ ગયો. મનમાં ચોકઠાં થોડાંઘણાં ગોઠવાવાં માંડ્યાં. પણ ચિત્ર એકદમ ધૂંધળું હતું હજુ. આ મેલમાં આવેલી વિગતોમાં વિનોદના ભૂતકાળનો ટુકડો હતો. કોઈ 'એ'થી શરૂ થતા નામવાળી યુવતી, ડૉ. અસ્થાના... બસ, પછી એકદમ બ્લેક આઉટ. આને અમેરિકામાં જે બન્યું સાથે સંબંધ હશે?

પોતાના વિશ્વાસુઓની ટીમને બોલાવીને તેણે સૂચના આપી. "ટેલિફોન ડિરેક્ટરી ફેંદી વળો, સ્ટેટ મેડિકલ કાઉન્સિલ કે કોઈ પણ સંસ્થાની મદદ લો, મને અસ્થાના સરનેમ હોય અને 'એ'થી નામ શરૂ થતું હોય એ ડૉક્ટર્સનું લિસ્ટ જોઈએ છે. બને એટલું જલદી."

*

ટીવી ચેનલમાં લેટેસ્ટ સામાચાર ઑન હતાઃ વિનોદ ક્વીન માને પણ ગોળી વાગી છે. ઈજા ગંભીર છે. અત્યારે સર્જરી ચાલી રહી છે. સ્થાનિક ગૌરવ સંગઠનના કાર્યકર્તાએ ઠેર ઠેર શરૂ કરી તોડફોડ...

લગભગ દોઢેક કલાકમાં નારાયણનના સામે આસિસ્ટન્ટે બધા એ અક્ષર પરથી નામવાળા અને અસ્થાના સરનેમ ધરાવતા ડૉક્ટર્સનું લિસ્ટ મૂક્યું. "સર, શહેરમાં કુલ અગિયાર એ અસ્થાના નામના ડૉક્ટર હતા. એક ડૉક્ટરનું ગઈ કાલે મોટી ઉંમરને લીધે અવસાન થયું. એક માનસિક સારવાર હેઠળ છે. એક ડૉક્ટર પણ મહિના પહેલાં જ કેનેડા શિફ્ટ થઈ ગયા કાયમ માટે. ચાર જણ મોટી ઉંમરને લીધે નિવૃત્ત છે. બે જણ પ્રેક્ટિસ છોડીને ફાર્માસ્યુટિકલ કંપનીમાં નોકરીએ લાગી ગયા છે. એક એ અસ્થાના લાંબા સમયથી લાપતા છે. ફેમેલિનેય કંઈ ખબર નથી અને છેલ્લા ડૉ. અસ્થાના કંઈ કામના નથી આપણા માટે."

"કેમ એવું?"

"એક તો લેડીઝ છે, પાછા જાનવરોના ડૉક્ટર, વેટરનરી. ડૉ આરતી અસ્થાના. સર બધાનાં નામ, સરનામાં અને ફોન નંબર છે આમાં."

"ગુડ વર્ક. તું જા હવે." નારાયણનની આંખ ડૉક્ટરોની યાદી પર હતી, પણ

મગજ બીજે દોડતું હતું. બૉમ્બબ્લાસ્ટના દિવસે પારસી યુગલે જોયેલા મદારી અને વાંદરો... બીજે દિવસે બંગલો 'પાવર હાઉસ'ની ભીંત પાસેથી મળેલી કેળાની છાલ... હજી સુધી બૉમ્બ કેવી રીતે મુકાયો કે ક્યાંથી ફેંકાયો એના કોઈ જવાબ મળ્યા નથી. કોઈ 'એ' નામની યુવતી સાથે વિનોદની લમણાઝીંક... કોઈ ડૉ. અસ્થાના સાથે કડવાશભરી જીભાજોડી અને અમેરિકાથી આવેલી સ્ફોટક માહિતી. આ બધા વચ્ચે કોઈ કડી હશે ખરી?

નારાયણને એક ઓળખીતા હેકરને ફોન કર્યો. "એક વ્યક્તિનું નામ, સરનામું અને નંબર મોકલું છું. એના ફોનની, ઈ-મેલની અને બૅન્કની મળે એટલી ડિટેઇલ જોઈએ છે. પ્રૉબ્લેમ એ છે કે આપણી પાસે સમય નથી. સમજ્યો? અડધો કલાક આપું છું."

"ઓકે, બૉસ ચાર કલાકમાં કામ થઈ જશે." સામેથી ફોન કપાઈ ગયો એટલે નારાયણનને હસવું આવ્યું.

તેણે ખાસ ખબરીને એક નામ, નંબર અને સરનામું મોકલાવીને ફોન કર્યો, "આપી શકાય એટલી વિગત ઝડપભેર મેળવીને મોકલ. ખાસ તો કાલે સાંજે શું કર્યું એ જાણવા મળે તો બસ. એકદમ ફાસ્ટ રિઝલ્ટ જોઈએ."

*

કરસનદાદા શિંગોટેએ ગ્રીન સિગ્નલ આપ્યું એટલે રતન બલસારા અને પી. રાજીવ તરત વિનોદ ક્વીન મા એટેક કેસમાં બહુ મોટું પગલું ભરવા માટે નીકળી પડ્યા. સાથે આસપાસના પોલીસ મથકમાંથી વધારાનું માનવબળ પણ મંગાવાયું હતું. પરંતુ જૂહુ પોલીસ સ્ટેશનથી મંગાવવાને બદલે સાંતાક્રુઝથી નીકળ્યા ત્યારે ખાર, વાંદરા અને આગળથી ગાડીઓ સાથે જોડાતી જાય એવું પ્લાનિંગ કર્યું.

એ લોકો નીકળી ગયાની ખબર મળી એટલે શિંગોટેને ધરપત થઈ. તેનો ફોન એક ઘડીય ચૂપ નહોતો રહેતો. પોતાના પક્ષના, સાથી પક્ષોના અને સ્થાનિક ગૌરવ સંગઠનના વિધાનસભ્યો પણ એને મળવા માગતા હતા. એ સતત દિલ્હીના સંપર્કમાં હતો. રહેવું જ પડેને? પોતાની યોજના હાઇકમાન્ડને ગળે ઉતારતાં એના મોઢામાં ફીણ આવી ગયાં હતાં. વચ્ચે રાજભવનથીય ફોન આવ્યો. એક પછી એક ફોન છતાં શિંગોટેના ચહેરા પર નહોતો થાક કે નહોતો કંટાળો. ૧૮-૧૮ વર્ષની પ્રતીક્ષા બાદ બઢતી મળવાની છે, પોતે મુખ્ય પ્રધાન બનવાનો છે.

વિનોદ અને બર્વેના ચુસ્ત ટેકેદાર ગણાતા ઉદ્યોગપતિઓ પણ ખબરઅંતર પૂછીને પોતાને લાયક કોઈ કામ હોય તો આદેશ આપવાની શિંગોટેને આજીજી

કરતા હતા. શિંગોટેએ એક કાગળ લીધો. મહત્ત્વનાં દરેક મંત્રાલય માટે કોણ સૌથી લાયક અને કોણ સૌથી વધુ રકમ આપી શકે એની યાદી બનાવી. અમુક નામ આવતાં જ એનું મોઢું બગડતું હતું. કારણ કે હાઇકમાન્ડ પોતાના પર નજર રાખવા આ મફતિયાને માથે મારવાના જ. પણ જોઈ લેવાશે બધાને, એક વાર સત્તા તો મળે.

*

**રાહુલ શુક્લની ડાયરી**

*પ્રજાની પસંદની સરકાર રચવા બદલે હવે સમાધાન અને ભ્રષ્ટાચારની બોલબાલા વધવામાં હતી... નારાયણન કપૂર આ રમતનો ખેલાડી નહોતો તોય હારવાનો હતો... એ કાચબાની ગતિએ આગળ વધ્યો, તો હવે શું બલસારા-રાજીવની સસલાજોડી જીતી જશે?*

# ૧૮

## બ્રેકિંગ ન્યૂઝ

*વિનોદ ક્વીન મા કી બિગડતી સેહત કે બીચ સ્થાનિક ગૌરવ સંગઠન કે કાર્યકરો પર ઝુનૂન સવાર... નયે રાજનીતિક સમીકરણ રચને કી કવાયત જોર મેં... દેશભર કે પક્ષોને કી ખૂન કી રાજનીતિ કી કડી આલોચના... જલ્દ હી ન્યાય દેને ઔર શાંતિ પુનઃ સ્થાપિત કરને કી પ્રોમિનન્ટ સિટિઝન્સ કી ગુહાર.*

*

સિનિયર પત્રકાર રાહુલ શુક્લને લાગ્યું કે આ ઇન્સ્પેક્ટર નારાયણન કપૂરની કમાન છટકી ગઈ કે શું? જોકે પોતાના આ મિત્રની કાબેલિયત પર એને પૂરો ભરોસો હતો. એટલે જ એક જાણીતાની ઍડવર્ટાઇઝિંગ એજન્સી મારફત સમાજના એકદમ નિમ્ન વર્ગ અને ખાસ તો ઝૂંપડપટ્ટીઓમાં પહોંચતાં હિંદી, ગુજરાતી, મરાઠી, તમિલ, તેલુગુ અને કન્નડ અખબારમાં એક નાનકડી જાહેરખબર મોકલાવી દીધી. ફરી લખાણ વાંચ્યું ને ફરી હસવું આવ્યું. મોટા અક્ષરે હેડિંગ હતું; "વૉન્ટેડ મન્કી હીરો." પછી આગળનું લખાણ આવું હતું: "અમારા આગામી ફિલ્મ પ્રોજેક્ટ 'મન્કી મેરા યાર' માટે સ્માર્ટ અને ટ્રેઇન થયેલા વાંદરાની તાત્કાલિક જરૂર છે. પસંદગી પામેલા વાનર માટે એડવાન્સ ૫૦ હજાર રૂપિયા અને બાકીના એક લાખ રૂપિયા ૧૫ દિવસના શૂટિંગ બાદ." સાથે અંધેરીના વર્સોવાસ્થિત એક ફિલ્મ પ્રોડક્ટની હાઉસની ઑફિસનું સરનામું હતું.

એ ઑફિસમાં માલિક અને બધા કર્મચારી ફટાફટ રાચરચીલું હટાવવામાં જોતરાઈ ગયા હતા. પ્રોડ્યુસર રાકેશ દોશીની કેબિન સાવ ખાલી કરી નખાઈ.

પછી જરૂરી સૂચના સાથે એ એરિયા લગભગ નિવૃત્ત થઈ ગયેલા આર્ટ ડિરેક્ટરને સોંપી દેવાયો અને સ્પષ્ટ શબ્દોમાં કહી દેવાયું કે આપની પાસે સવારે ૯ વાગ્યા સુધીનો સમય છે એટલે ઝડપભેર કામ આટોપી આપો. ખુદ ઇન્સ્પેક્ટર નારાયણન કપૂર આવીને બધું જોઈ ગયો. અને પ્રોડ્યુસર ફ્રેન્ડ રાકેશ દોશીએ મજાક કરી, "યાર, કોઈક ફાઇનાન્સર મેળવી આપ તો સાચોસાચ 'મન્કી મેરા યાર' બનાવી નાખું. આમેય મોટા હીરો અમને કૂતરાની જેમ હડધૂત કરે છે. ગધેડાની જેમ ટ્રીટ કરે છે. એના કરતાં આ વાનરભાઈ સારા." નારાયણને હસીને એના ખભા પર હાથ મૂક્યો, "સાલા, આટલી ફેવરમાં આખેઆખો છોલી નાખવાનો?" રાકેશે નાટક કરવા મોઢું બગાડ્યું ને હસી પડ્યો.

*

બરાબર એ જ સમયે દાદરના 'ગૌરવ સદન'ને ધરતીકંપનો આંચકો લાગ્યો. હૉસ્પિટલમાં જીવન-મરણ વચ્ચે ઝોલાં ખાતાં એકના એક પુત્રની વેદના ક્વીન મા માટે ઓછી હોય એમ રતન બલસારા અને પી. રાજીવે થોડી સખતાઈથી ક્વીન મા અને નંદકિશોરને પૂછપરછ માટે અટકાયતમાં લીધાં. અગાઉથી પ્લાનિંગ કરી રાખ્યું હોય એમ ચાર-પાંચ ટીવી ચૅનલની ટીમ મોટા કાફલા સાથે હાજર થઈ ગઈ હતી. બલસારા, રાજીવ ઍન્ડ ટીમ ક્વીન મા અને નંદકિશોરને વચ્ચોવચ રાખીને 'ગૌરવ સદન'માંથી બહાર નીકળ્યા. ત્યાં જ બલસારા અને રાજીવ એકમેક સાથે કંઈક વાત કરવા માંડ્યા. જાણે કોઈને સૂચના આપતા હોય. એક્ચ્યુઅલી, એ બંને ટીવી ચૅનલ્સના કૅમેરામૅનની સગવડતા માટે રોકાયા હતા.

આ ન્યૂઝના લાઇવ ટેલિકાસ્ટ સાથે શહેરમાં ધડાધડ દુકાનોનાં શટર પડવા માંડ્યાં. થોડાઘણા ઢીલા કે અચકાટવાળા દુકાનદારોને મેથીપાક સાથે નુકસાનનો પ્રસાદ મળ્યો. જેમ જેમ પોલીસ કાફલો સાંતાક્રુઝ સ્ટેશન ભણી આગળ વધી રહ્યો હતો, એમ એમ શહેરમાં તોડફોડ અને આગજનીના બનાવો વધવા માંડ્યા હતા. થોડા સમય અગાઉ જ ચૂંટણી, મતગણતરી અને વિજય સરઘસોમાં વ્યવસ્થા સંભાળવાની ડ્યૂટીથી થાકેલા-કંટાળેલા પોલીસોને ફરી કામે લાગી જવું પડ્યું.

કેન્દ્રીય શાસક પક્ષને ઇશારે નાચતી મોટા ભાગની ચૅનલો શરૂ થઈ ગઈ: રાજકારણમાં પહેલી સફળતા સાથે જ સ્થાનિક ગૌરવ સંગઠને પોત પ્રકાશ્યું. ગમે તેટલું કરો પણ કૂતરાની પૂંછડી વાંકી એ વાંકી... પ્રજાએ પ્રેમ આપ્યો, મત આપ્યો અને પોતાના ભવિષ્યની ધુરા સોંપી, પણ શાંતિથી સત્તા સંભાળવાને

બદલે ફરી શરૂ કરી દીધી ગુંડાગીરી... પક્ષના સૌથી વડીલ નેતાનું બૉમ્બ-બ્લાસ્ટમાં મોત, ને સૌથી યુવાન આશાસ્પદ નેતા પર ગોળીબાર... અને પક્ષનાં સર્વેસર્વા ક્વીન મા પોલીસની અટકાયતમાં... રાજકીય અનિશ્ચિતતાના કળણમાં ધકેલાતું દેશનું સૌથી મહત્ત્વનું રાજ્ય.

આની સામે કંઈક અંશે સ્વતંત્ર અને તટસ્થ ચૅનલ કંઈક અલગ સૂર કાઢતી હતી. "જૂના રાજકારણીઓ રાજ્યમાં નવા પક્ષનો ઉદય સહન ન કરી શક્યા... દિલ્હીના ઇશારે લોકશાહીની હત્યાનું કાવતરું... ક્વીન માને ખોટી રીતે ફસાવાયાનો કાર્યકરોનો દાવો... મુંબઈ સહિત મહારાષ્ટ્રભરમાં અશાંતિ અને અજંપો... રાજ્યમાં રાષ્ટ્રપતિશાસન લાવવાનો સંભવિત કારસો..."

સમગ્ર ભારતમાં સાત દાયકાથી વધુ સમયમાં લોકશાહીનું આવું લોહિયાળ રૂપ દેખાયું નહોતું. અમુક અખબારો અને બૌદ્ધિકો બિન્ધાસ્તપણે બોલવા માંડ્યા કે દેશમાં ઊભરતી પ્રાદેશિક પક્ષોની શક્તિને કચડી નાખવાના ક્રૂર પ્રયાસની શરૂઆત મહારાષ્ટ્રથી થઈ ચૂકી છે. આ લોકતંત્ર નથી, ઠોકતંત્ર છે. પ્રજાની ઇચ્છાનું ઘોર અપમાન છે.

શહેર અને રાજ્યના ઘણા વગવાળા માણસો માનતા હતા, પણ બોલવાની હિંમત કરતા નહોતા કે આ ખેલનો મુખ્ય સૂત્રધાર કરસનદાદા શિંગોટે છે. સ્થાનિક ગૌરવ સંગઠનના સમર્થકોમાં ફફડાટ વધવા માંડ્યો કે હવે પોતાના પર ખુન્નસ રખાશે. કોઈ કરતાં કોઈ રાજકીય પક્ષ સ્થાનિક ગૌરવ સંગઠનની તરફેણમાં બોલતા નહોતા. મોટા ભાગના એના હિંસક વલણ અને ગુંડાગીરીની આદતની ટીકા કરીને આવાં તત્ત્વોને રાજકારણમાંથી ફેંકી દેવાનો હોબાળો મચાવતા હતા. તો બાકીના ચૂપ હતા. દેશના અન્ય પ્રાદેશિક પક્ષો પણ 'થોભો અને રાહ જુઓ'ની નીતિ અપનાવીને, શાહમૃગની નીતિ અપનાવીને સંજોગ-સમયની રેતીમાં ડોકું સંતાડીને બેઠા હતા.

ઇન્સ્પેક્ટર નારાયણન કપૂરે બધી માહિતી અને પોતાનો ઍક્શન પ્લાન પોલીસ કમિશનર સાથે શૅર કર્યાં. એક-બે દિવસમાં ગુનેગારને ઝબ્બે કરવાનો વિશ્વાસ વ્યક્ત કર્યો. કમિશનર ડિકોસ્ટાએ એને સલાહ આપી કે "તારો ફોન બંધ રાખ. બીજો નંબર ચાલુ કરી દે. પોલીસ સ્ટેશનમાં કહી રાખજે કે તું કમિશનર સાહેબ સાથે છો."

"આવું કેમ સર?"

"જો, બલસારા અને રાજીવ બધી માહિતી સાથે આખો કેસ પોતાના હાથમાં લઈ લેવા પ્રયત્ન કરશે. આ બધું કોના ઇશારે થઈ રહ્યું છે એ તું સમજે છે.

મારા સુધી વાત આવશે તો કહી દઈશ કે મેં સોંપેલા અન્ય કામમાં તું બિઝી છો. ઈઝ ધેટ ક્લિયર?"

નારાયણન કપૂરે પોતાનો ફોન સ્વીચ ઑફ કરી નાખ્યો. એનું સિમકાર્ડ પણ કાઢી નાખ્યું. રાત્રે પોતાને ઘરે રહેવાને બદલે પત્રકાર રાહુલ શુક્લને ત્યાં રહી ગયો. નારાયણન અને રાહુલે નિરાંતે વિનોદના અમેરિકાના ભૂતકાળની વાતો કરી. આ સાથે જ નારાયણનને હેકર ફ્રેન્ડ યાદ આવ્યો. નવા નંબર પરથી ફોન કરી એને તતડાવે એ અગાઉ પેલો ઊકળી ઊઠ્યો: "એક તો ઉતાવળ કરે છે ને પાછો ફોન બંધ કરીને બેસે છે. ઈ-મેલ જો તારું."

રાહુલના લેપટોપ પર મેલમાં આવેલી સામગ્રી જોઈને બંને સ્તબ્ધ થઈ ગયા. છેક સવારે સાડાચાર વાગ્યે બંને ઊંઘ્યા, ત્યારે નારાયણન પાસે હવે નક્કર પરિણામ મેળવવાનો સમય આવી પહોંચવાની લાગણીનું મખમલી ઓશીકું હતું.

*

સવારના નવ વાગ્યે જ નારાયણન કપૂર વર્સોવા પહોંચી ગયો. એ સમયે આર્ટ ડિરેક્ટર રવાના થઈ રહ્યા હતા. રાકેશ દોશી છેક સાડાદસે આવ્યો એટલે નારાયણને નારાજગી વ્યક્ત કરી. પણ એને મોઢા પર સંભળાવી દેવાયું, "બાર વર્ષથી ફિલ્મ લાઇનમાં છું. ક્યારેય બે વાગ્યા અગાઉ ઑફિસ આવ્યો નથી. આટલો વહેલો નીકળ્યો એટલે તારી ભાભીને શંકા ગઈ કે ક્યાંક કોઈક નવું લફરું કર્યું નથીને?"

કેબિનની બહાર પ્રોડક્શન ટીમના માણસ તરીકે નારાયણનનો આસિસ્ટન્ટ બેઠો હતો. તેણે બધા મદારીઓનાં નામ, સરનામાં અને ફોન હોય તો નંબર લખવાના હતા. સીસીટીવી કૅમેરા બહાર અને અંદર ગોઠવાઈ ગયા હતા. ડાબી બાજુની કૅબિનમાં નારાયણન સાથે જૂહુ પર મળેલું પારસી કપલ હતું. બેમાંથી કોઈને મદારી કે વાનર વિશે ઝાઝું યાદ રહ્યું નહોતું છતાં એમને ઓળખ પાક્કી કરવાના આશયથી બેસાડી રખાયું હતું. જમશેદ શરૂઆતથી જ રૂબી પર ખફા હતો કે "આ વાંદરાની ગાંડીઘેલી વાત તેં કાઢી, એટલે આપણે હેરાન થવું પડ્યું. કાલથી હું તારી સાથે મૉર્નિંગ વૉકમાં નય આવસ." નારાયણને બંને માટે એગ્સ આમલેટ અને બ્રેડબટર મંગાવ્યાં અને પોતાને માટે ફિલ્ટર કૉફી.

પહેલો મદારી થોડા વૃદ્ધ અને વૃક્ષકાય વાનરને લઈને આવ્યો. ટેબલ પર બેઠેલા માણસે વિગતો લખી અને વાનરના હાથમાં બૉલ આપ્યો. મદારીને સમજાવ્યું કે આને અંદર લઈ જાઓ. પાંચ મિનિટ પછી બહાર લાવજો, ત્યાં

સુધી અમે કૅમેરાથી બધું જોતાં રહીશું. મદારી અંદર ગયો તો થોડે દૂર ટેબલ પર એક પૂતળું હતું. આ પૂતળાએ ખાદીનાં કપડાં પહેર્યાં હતાં. માથે ટોપી હતી. એની સામેના ટેબલ પર ચાના કપ અને બિસ્કિટની પ્લેટ હતી. પાંચ મિનિટ સુધી વાનર ફરતો રહ્યો અહીંથી ત્યાં. એનું ધ્યાન બિસ્કિટ પર ગયું, પણ દોરડું બાંધીને આડશ ઊભી કરાઈ હતી, એટલે એ ઊભો ઊભો જોતો રહ્યો.

*

**રાહુલ શુક્લની ડાયરી**

*સત્તાની શોણિતભીની શતરંજની બહાર માત્ર પ્રેક્ષકનો રોલ કરતા નારાયણન કપૂરે પોતાની નોકરી અને આબરૂ સાથે રાજ્ય, શહેર અને લોકશાહીને બચાવવા માટે કંઈક નક્કર કરવું હતું, પણ એ આસાન હતું ખરું?*

# ૧૯

### બ્રેકિંગ ન્યૂઝ

*મહારાષ્ટ્રમાં વધતાં તોફાન અને હિંસા... સામાજિક મૂલ્યો સાવ તળિયે જઈને બેઠાં... નંદકિશોર જ મુખ્ય કાવતરાખોર?... ક્વીન માએ પોલીસ સમક્ષ મોઢું સીવી લીધું. સતત રડવા સાથે અન્ન-જળનો ત્યાગ... કરસનદાદા શિંગોટેની આગેવાનીમાં રાજકીય પક્ષોનું પ્રતિનિધિમંડળ મળશે રાજ્યપાલને...*

*

પોલીસ, ખાસ તો સાંતાક્રુઝ પોલીસની ભેદી-જોખમી ચુપકીદી વચ્ચે શહેરમાં હિંસા વધી રહી હતી. ક્રાઇમ રિપોર્ટરે પોલીસ સૂત્રોને ટાંકીને બ્રેકિંગ ન્યૂઝ આપ્યા કે "આ બધા રક્તપાત પાછળ ભૂતપૂર્વ નગરસેવક વિકાસ મ્હાત્રે હોવાની શંકા. એના પર ક્વીન માના પિતા બંડુ ધોંડગેની હત્યા બદલ આંગળીઓ ચીંધાઈ હતી... તાજેતરની ચૂંટણીમાં ક્વીન માના પક્ષને લીધે ગુમાવવી પડેલી ડિપૉઝિટનું અપમાન મ્હાત્રે પચાવી ન શક્યાનો તર્ક..."

પોલીસે ન આ સમાચારને સમર્થન આપ્યું કે ન રદિયો. પરંતુ સ્થાનિક સ્વરાજ સંગઠનના કોઈ માથાફરેલા કાર્યકરે કે પછી આ તકનો લાભ લઈને અન્ય કોઈકે મ્હાત્રેની ખોપડી ફોડી નાખી. મ્હાત્રે ટોળાને લઈને પોતાના મતવિસ્તારમાં સ્થાનિક ગૌરવ સંગઠનને બદનામ કરાવવા માટે તોડફોડ, આગજની અને લઘુમતીઓ પર અત્યાચાર કરાવવામાં મોખરે રહીને નીકળી પડ્યો હતો, ત્યારે કોઈકે પૉઇન્ટ બ્લેન્ક રેન્જથી એની ગેમ બજાવી દીધી હતી. એક જ ગોળી ખોપરીમાં ને ખેલ ખતમ.

એ જ સમયે નારાયણન કપૂરને મૅસેજ મળ્યો, "વિનોદ ક્વીન મા પર ગોળીબાર થયો એના ત્રણ કલાક પહેલાં અને પછી બે કલાક સુધી તમે કહી એ વ્યક્તિ પોતાના કામના સ્થળે નહોતી, ઘરે પણ નહોતી." નારાયણનના ચહેરા પર આછી ચમક અને સંતોષના ભાવ છવાઈ ગયા, પરંતુ જમશેદ અને રૂબી બરાબરના કંટાળ્યાં હતાં. બંને ઊકળી ઊઠે એટલે નારાયણન કંઈ ને કંઈ નાસ્તો મંગાવે, કૉફી મંગાવે. જમશેદ અકરાંતિયાની જેમ ખાતો રહે એટલે રૂબી બૂમાબૂમ કરે, 'બસ કર બાવા. ગૅસ થઈ જાવાનો. પ્રૉબ્લેમ મારે થવાનો.'

સાત-આઠ મદારી આવી ચૂક્યા હતા. પણ કોઈ કામનું નહોતું. હવે લગભગ બધા કંટાળ્યા હતાં. હવે મોટા ભાગનાને નારાયણનની પદ્ધતિ પર શંકા જવા માંડી હતી, હસવા લાગ્યા હતા. એવા સમયે પરસેવાથી રેબઝેબ એક મદારી હાંફતો હાંફતો આવ્યો, ખભા પર વાનર હતો. એને જોઈને જમશેદના હાથનું સમોસું મોઢા સુધી ન જઈ શક્યું. જમશેદે રૂબીને કોણી મારીને કાચની બહાર જોવાનો ઇશારો કર્યો. આ બંનેના પ્રતિભાવ જોઈને નારાયણન એકદમ સાવધાન થઈ ગયો.

આસિસ્ટન્ટે મદારીનું નામ લખ્યું: પંકજ કુણબી. સરનામું ધારાવી. સીસીટીવી રેકૉર્ડિંગમાં જમશેદ-રૂબીએ જોયું કે વાનરના હાથમાં બૉલ આપીને પંકજને ઇશારો કરાયો કે અંદર જાઓ. પંકજ ત્યાં જ ઊભો રહી ગયો. "સાહેબ, બધું આજે નક્કી થઈ જાય તો સારું. મારા રાજાએ બે દિવસથી કંઈ ખાધું નથી."

"તો તમે ખાધું છે કંઈ?" આસિસ્ટન્ટે પૂછ્યું. ત્યાં જ અંદરથી નારાયણન કેળાં અને સૅન્ડવિચ લઈને આવ્યો. મુફ્તીમાં નારાયણને માથા પર ફિલ્મ યુનિટની હૅટ પહેરી હતી. પંકજ સામે સૅન્ડવિચ મૂકી ને રાજાને બે કેળાં આપ્યાં. પંકજે સૅન્ડવિચને હાથ ન લગાડ્યો. પણ રાજાને ફટાફટ કેળાં ખાતો જોઈ રહ્યો. એની આંખમાં આંસુ આવી ગયાં. રાજાએ બંને કેળાં ખાઈ લીધાં, એટલે પંકજે સૅન્ડવિચની પ્લેટ એની સામે મૂકી. રાજા એક ટુકડો લઈને પંકજના મોઢા સુધી લઈ ગયો. પંકજે એકદમ એને છાતીસરસો ચાંપી દીધો: 'મારો દીકરો, મારો રાજા.' પણ રાજાએ હાથની પકડ છોડાવીને સૅન્ડવિચ સામે આંગળી ચીંધી અને ચિચિયારી પાડવા માંડ્યો. પંકજે હસવાના પ્રયાસ સાથે બે હાથ જોડ્યા, "હા મારા બાપ, ખાઉં છું સૅન્ડવિચ હો." પંકજ અકરાંતિયાની જેમ સૅન્ડવિચ ખાવા માંડ્યો. ત્યાં જ આસિસ્ટન્ટે પાણીના બે ગ્લાસ મૂક્યા. આ જોઈને રાજાએ આસિસ્ટન્ટના વાળ હળવેથી ખેંચીને આંખ મારી. પંકજે પાણી પી લીધું. બે મિનિટ આંખ બંધ કરી. જાણે સર્વસ્વ મળી ગયું હોય એવા ભાવ એના ચહેરા

પર હતા. રાજા અનિમેષ નયને એને જોતો રહ્યો હતો.

અચાનક આસિસ્ટન્ટે ખોંખારો ખાધો એટલે પંકજે આંખ ખોલી. ટેબલ પર મૂકેલો બૉલ ઉપાડીને રાજાને આપ્યો. આસિસ્ટન્ટના ઇશારા મુજબ પંકજ ઊભો થઈને કેબિનની અંદર ગયો. અંદરની ગોઠવણ જોઈને એ કંઈ બોલે કે રાજાને રોકે એ અગાઉ રાજાએ જોરથી બૉલ ત્યાં બેઠેલા પૂતળા તરફ ફેંકી દીધો. બિસ્કિટની ટ્રે અને ચાના કપ નીચે પડી ગયા. પંકજ ઉતાવળે બહાર નીકળવા ગયો ત્યાં જ નારાયણન કપૂર દરવાજામાં રિવૉલ્વર તાકીને ઊભો હતો: "રાજાભાઉ બર્વેની હત્યા માટે તમને બંનેને ગિરફ્તાર કરું છું."

*

નારાયણનના ફોન થકી મદારી પંકજ અને વાનર રાજાવાળી વાત જાણીને પોલીસ કમિશનર પીટર ડિકોસ્ટાને આશ્ચર્ય થયું. આવું તે કંઈ હોઈ શકે ખરું? પણ તેમને નારાયણનમાં વિશ્વાસ હતો. ડિકોસ્ટાએ તરત જ બલસારાને ફોન કરીને આદેશ આપ્યો. "ક્વીન મા અને નંદકિશોર પર જરાય સખતાઈ ન વાપરતા. કંઈક મેજર ડેવલપમૅન્ટ છે... નો, નો ટુ અર્લી ટુ ડિક્લેર... જસ્ટ વેઇટ ઍન્ડ વૉચ..."

પી. રાજીવે તરત શિંગોટેના ફોનમાં ફૂંક મારી. શિંગોટેએ એક ટીવી ચૅનલને ફોન કર્યો, "અટકાવી દેવાયેલી સ્ટૉરીને હવે ચલાવી દો. જેટલી બદનામી થાય એટલો આપણો વધુ ફાયદો." શિંગોટેએ પોલીસ કમિશનરને ફોન કર્યો પણ ક્યાંય સુધી બેલ વાગતી જ રહી.

કલાકમાં બ્રેકિંગ ન્યૂઝ ગાજવા માંડ્યા. "ક્વીન મા સાથે અટકાયતમાં લેવાયેલા નંદકિશોર જ છે વિનોદના અસલી પિતા. દીકરાને મુખ્ય પ્રધાન બનાવવા માટે તેમણે જ બર્વેને મરાવી નાખ્યાની શંકા... ક્વીન મા આટલાં વર્ષ ચૂપ કેમ રહી? આ શંકા સાચી હોય તો વિનોદ પર ગોળી કોણે છોડાવી? શું વિનોદ આ અનૈતિક સંબંધ વિશે જાણી ચૂક્યો હતો, એટલે ચૂપ કરાવવાની ચેષ્ટા થઈ... સ્ટે ટ્યુન્ડ ફોર મોર શોકિંગ ડેવલપમૅન્ટ..."

આ ન્યૂઝ પાછળ શિંગોટેનો હાથ હતો અને ચૅનલવાળો એનો પીઠ્ઠુ નંબર વન હતો એ કમિશનર સમજી ગયા. પણ બલસારા અને રાજીવ આકુળવ્યાકુળ હતા કે ચાલી શું રહ્યું છે? અમસ્તા તો કમિશનર આપણને ફોન કરીને રોકે નહીં: મેજર ડેવલપમૅન્ટ હશે શું? ને એમનો ખાસ ચમચો નારાયણન છે ક્યાં ને કરે છે શું?

*

આ બધા સવાલો-કૂથલીથી એકદમ દૂર નારાયણન પોતાના કામમાં એકદમ મશગૂલ હતો. કૅમેરા સામે પંકજે બધું કબૂલ કરી લીધું. એ રડતાં-રડતાં નારાયણનને પગે પડ્યો, "સાહેબ, રાજા તો નાદાન છે, બાળક છે, એનામાં અક્કલ થોડી હોય? ખૂન માટે એને નહીં, મને સજા આપજો સાહેબ, એ મૂંગો જેલમાં મરી જશે... એના કરતાં મને ફાંસી આપી દો... અત્યારે ને અત્યારે ગોળી મારી દો."

નારાયણન કપૂરે એ કામચલાઉ સેટ પર જ એક રૂમમાં પંકજ અને રાજાને રાખવાનો આદેશ આપ્યો. બંનેને સમયસર ખાવાનું-પીવાનું આપવાની સૂચના આપી. સાથોસાથ પંકજને ચેતવણી આપી, "આ લોકોને કહી દીધું છે કે તું ભાગવાનો પ્રયાસ કરે તો પહેલા ગોળી રાજાને મારી દેવાની. સમજ્યો? અને આ લોકો જેમ કહે તેમ કરવાનું."

"હા સાહેબ, હું અભાગિયો ભાગીને ક્યાં જવાનો હવે. રાજા વગર ન જિવાય. સાહેબ, એની કમાણી પર જીવ્યો છું અત્યાર સુધી. સંજોગો ઊભા થયા તો એના પહેલાં હું મરી જઈશ. તમે ફિકર ના કરતા. પણ સાહેબ, પ્લીઝ, રાજાને બચાવી લો, મારા દીકરાએ કાંઈ કર્યું નથી." પંકજને રડતો મૂકીને નારાયણન મહત્ત્વના કામે નીકળી પડ્યો. આસિસ્ટન્ટને કાનમાં ફૂંક મારી કે મારો કૉલ આવે એટલે નીકળજો. તેણે પોલીસ સ્ટેશન ફોન કરીને પોતાના પાંચ વિશ્વાસુ હવાલદારોને એક જગ્યાએ પહોંચીને ગોઠવાઈ જવા માટે સમજાવી દીધું.

એક આસિસ્ટન્ટ અને એક હવાલદાર સાથે લઈને નારાયણન નીકળી પડ્યો. પાછળ બીજી ગાડી પણ આવી રહી હતી.

*

ડૉ. આરતી અસ્થાના, પશુ-પંખી ચિકિત્સક. સાયનની મધ્યમવર્ગીય વસતિમાં આવેલા આ દવાખાનાની પોતાની ખુરશી પર આરતી બેઠી હતી. સામે મૂકેલી ફ્રેમમાંના ફોટા પર હાથ ફેરવી ફેરવીને એ રડી રહી હતી, ક્યારનીય. આંસુ સુકાતાં જ નહોતાં. "આઇ એમ સૉરી, વેરી વેરી સૉરી મૂકેશ. મારે લીધે તારે... પણ હજી હું હાથ પર હાથ મૂકીને બેસવાની નથી..."

અચાનક ધડાકાભેર એની રૂમનો દરવાજો ખૂલ્યો. દરવાજામાં પંકજ અને રાજાને જોઈને એને આશ્ચર્ય ઓછું થયું અને ગુસ્સો વધુ આવ્યો. "તું...? ફરીથી આવી ગયો. સમજાતી નથી કોઈ વાત? કેટલી વાર કીધું તને કે હવે મને મળવા આવવાનું નહીં પણ..."

"મળવા તો આવવું જ પડેને? તમે કરેલા ભયંકર પ્રયોગથી મારો રાજા હસવાનું, રમવાનું, ખાવાનું ભૂલી ગયો છે. ઊંઘમાંથી ઝબકીને જાગી જાય છે, ચીસાચીસ કરે છે..."

"એ તારો પ્રોબ્લેમ છે. ઇન્જેક્શન આપીને કાયમ માટે શાંત કરી દે એને. કે પછી હું પોલીસને બોલાવીને કહી દઉં કે બર્વેનું ખૂન તેં અને તારા વાંદરાએ કર્યું છે?"

"એ બધું જવા દો અત્યારે. અત્યારે રાજાના હાથમાં શું છે એ જુઓ. ધ્યાનથી જુઓ. અગનગોળો છે અગનગોળો. એને આ તમારા પર ફેંકવો છે... મેં બરાબર સમજાવ્યો છે, ટ્રેન કર્યો છે એને..."

ડૉ. આરતી અસ્થાના એકદમ ગભરાઈ ગઈ, "પ... પ... પાગલ થઈ ગયો છે કે શું?"

**રાહુલ શુક્લની ડાયરી**

*એવું લાગે છે કે મોટી રાજકીય ઊથલપાથલ થવામાં છે... શું બર્વેનું મર્ડર પૉલિટિકલ હતું? વિનોદ પર શા માટે અને કોણે હુમલો કર્યો?*

# ૨૦

## બ્રેકિંગ ન્યૂઝ

*શિંગોટે જૂથના દાવા મુજબ બહુમતી વિધાનસભ્યોનો ટેકો... રાજ્યપાલને મળવા માટે માગેલો સમય... લોકશાહી અને પ્રજાની ક્રૂર મજાક... શહેરમાં વધતી હિંસાની હોળી પર શેકાતી સત્તાની ભાખરી... મુંબઈ પોલીસની વિશ્વસનીયતા પાતાળે ઊતરી ગઈ...*

*

"એક ખૂનની સજા ફાંસી ને બે ખૂનની સજાય ફાંસી... મનને તો શાંતિ મળે." આવા શબ્દો સાથે પંકજ આગળ વધ્યો.

પંકજને અંદર આવતો જોઈને આરતી ધીરેથી ઊભી થઈને ટેબલની જમણી તરફ ગઈ. પંકજ જમણી તરફ ગયો એટલે આરતી ડાબી તરફથી ઝડપભેર ભાગીને દરવાજો ઓળંગીને બહાર આવી.

સામે જ ઇન્સ્પેક્ટર નારાયણન કપૂર અને ચાર પોલીસવાળા ઊભા હતા. આરતી એકદમ નારાયણન પાસે દોડી ગઈ. "સર, સર, એક પાગલ માણસ મને મારી નાખવા માગે છે. પ્લીઝ એને રોકો..."

ત્યાં પંકજ અને રાજા બહાર આવ્યા. નારાયણન પૂછે છે, "કોણ, આ મારવા માગે છે? એ શું મારવાનો? હથિયાર વગરનો છે એ તો."

"છે... છે... પેલા વાંદરાના હાથમાં... એના હાથમાં બૉમ્બ છે બૉમ્બ. મારા પર ફેંકવા માગે છે."

"અરે મને તો કંઈક બૉલ જેવું લાગે છે..."

રાજા ધીમા પગલે આરતી તરફ આગળ વધે છે. પંકજે ચીસ પાડી, "રાજા

આગળ વધ, જલદી કામ પતાવ."

એકદમ રઘવાટ સાથે આરતી બોલી, "એ બૉલ નથી બૉમ્બ છે બૉમ્બ..."

"આવો બૉમ્બ ક્યાંથી હોય મેડમ?"

"અરે બૉમ્બ જ છે. મને પાક્કી ખબર છે. મેં તો એને આપ્યો હતો અને ટ્રેઇન કર્યો હતો. પકડી લો એને જલદી."

નારાયણને તરત જ આરતીનો હાથ પકડી લીધો, "થેન્ક્સ ફૉર કન્ફેસન કે તમે જ વાનરના હાથમાં બૉમ્બ આપ્યો હતો ને તાલીમ આપી હતી. યુ આર અન્ડર અરેસ્ટ ફૉર મર્ડર ઑફ રાજાભાઉ બર્વે."

*

ચહેરા પર કોઈ જાતના ભાવ વગર ડૉ. આરતી અસ્થાનાએ બોલવાની શરૂઆત કરી. "હા, મારે વેર વાળવું હતું. મારા ભાઈ મૂકેશના મોતનું. મા-બાપે પેટે પાટા બાંધીને મને ડૉક્ટર બનાવી. મેં ખૂબ આગ્રહ કર્યો કે મૂકેશ અમેરિકા જઈને કમ્પ્યૂટરમાં માસ્ટર્સ કરે ને જીવનમાં ખૂબ આગળ વધે. સુખી થાય... મેં મોટી લોન લઈને મોકલ્યો. ખૂબ મહેનત કરીને એ ભણ્યો. કેમ્પસ પ્લેસમેન્ટ પણ મળી ગયું. ચાર વર્ષની નોકરી બાદ તેણે પોતાનો ધંધો શરૂ કર્યો પાર્ટનરશિપમાં. એ ખુશ હતો કે ધંધો જામી રહ્યો હતો. ઑર્ડર આવતા હતા, પૈસા આવતા હતા. એ ઝડપભેર એજ્યુકેશનલ લોન ચૂકવીને મારું ટેન્શન ઘટાડવા માગતો હતો. મને અમેરિકા બોલાવવાનો હતો, પણ એને ખોટો ખર્ચો ક્યાં કરાવવો? હું ધરાર ન ગઈ. કાશ, જઈ આવી હોત તો...

અચાનક એની કંપની પર છેતરપિંડીનો આરોપ થયો. ક્યાંક માલ ખોટો મોકલાતો હતો તો ક્યાંક એડવાન્સ પેમેન્ટ બાદ ડિલિવરી થતી નહોતી. મારો ભાઈ મૂકેશ રાત-દિવસ ઑર્ડર લેવા પર ધ્યાન આપતો હતો. સેલ્સ એની જવાબદારી હતી, પણ પાર્ટનર કાં તો માલ ન મોકલે કાં પૈસા પચાવી પાડે. ગ્રાહકોની પોલીસ ફરિયાદ બાદ તપાસમાં દોષનો ટોપલો મારા ભાઈ મૂકેશ પર આવ્યો. એ ગુનેગાર સાબિત થયો અને પાંચ વર્ષની કેદ થઈ. પાંચેક મહિના અગાઉ એના એક ફ્રેન્ડે મને મોબાઇલ ફોનમાં એક ઑડિયો ફાઇલ મોકલાવી. એમાં મૂકેશનું રેકૉર્ડિંગ હતું; 'દીદી, આઇ એમ સૉરી. હું ખૂબ નકામો છું, સદંતર નિષ્ફળ. પ્લીઝ, મને માફ કરી દો. અત્યાર સુધી તમે મારા માટે ખૂબ કર્યું છે. એક છેલ્લી મદદ કરશો? આ ઑડિયો મોકલનારાના બૅન્ક અકાઉન્ટમાં ૨૦૦ ડૉલર ટ્રાન્સફર કરી દો. આ પછી ક્યારેય તમને હેરાન નહીં કરું સૉરી... આઇ લવ યુ દીદી.'

આસાન નહોતું છતાં ગમે તેમ વ્યવસ્થા કરીને મેં ૨૦૦ ડૉલર મોકલાવી દીધા ને અઠવાડિયામાં સમાચાર આવ્યા કે તેણે જેલમાં હાથની નસ કાપીને આપઘાત કરી લીધો... એનો ફ્રેન્ડ પણ ખૂબ ડિસ્ટર્બ થઈ ગયો. જેલમાં બ્લેડ મેળવવા તેણે ૨૦૦ ડૉલર મંગાવ્યા હતા અને મેં બેવકૂફે મોકલાવી દીધા. હું એકદમ ભાંગી પડી. સાવ સૂધબૂધ ભૂલી ગઈ. ત્રણેક મહિના મનોચિકિત્સકની સારવાર બાદ મારી ગાડી પાટે ચડી. હવે મારા જીવનનો એકમાત્ર મકસદ હતો. વેર, વેર અને વેર.

અચાનક પોલીસ કમિશનર પીટર ડિકોસ્ટાનો ફોન આવ્યો, એટલે ડૉ. આરતી અસ્થાનાનું રેકૉર્ડિંગ રોકાવીને નારાયણન બહાર નીકળ્યો. “હા સર, સાંજે પ્રેસ કૉન્ફરન્સ રાખો. લગભગ બધું પતવામાં છે. હજી થોડીક ખૂટતી કડી છે, બટ આય એમ ટ્રાઇંગ માય બેસ્ટ. ઓકે સર. સાંજે છ વાગ્યે જૂહુ પોલીસ સ્ટેશનમાં જ રાખીએ તો વધુ સારું અને સલામત. નો સર પ્લીઝ, આપ આવો તો સારું... ધારી અસર પડે. જી સર... થૅન્ક્સ.”

રૂમની અંદર પાછા ફરીને નારાયણને ઇશારો કર્યો એટલે કૅમેરા ઑન થયો. આરતી પાણીનો આખો ગ્લાસ એકશ્વાસે ગટગટાવી ગઈ. “હા, મારે વેર વાળવું હતું. નાલાયક વિનોદ ક્વીન મા સામે. પોતે મોટી રકમની ઉચાપત કરીને મૂકેશને ફસાવી દીધો હતો. એનો પક્ષ, એની વગ, એની તાકાત સામે હું કંઈ કરી શકું એમ નહોતી. હું સતત એને ફોન કરતી હતી કે એક વાર તારી ભૂલ કબૂલી લે એટલે મારા સ્વર્ગસ્થ ભાઈના નામ આડેથી કલંક હટી જાય. ઉપર તો એને નિરાંત મળે. પણ એ બદમાશ, ઉદ્ધત કંઈ જ સાંભળવા નહોતો માગતો. ઊલટાનો મને ધમકાવતો હતો કે તારું આવી બનશે. અંતે મારો ગુસ્સો આસમાને પહોંચ્યો. આ પૈસાથી ઐયાશી કરી અને ઘણી મોટી રકમ લઈને એ ભારત આવી ગયો.

મેં મનોમન ગાંઠ વાળી કે આને સબક શીખવીશ, ખૂબ આકરો. પણ તેણે ચૂંટણીમાં ઝંપલાવ્યું. એ જીતી ગયો, એના પક્ષને બહુમતી મળી ગઈ. રાતે મૂકેશ મારા સપનામાં આવીને ‘ન્યાય’ માટે બૂમો પાડતો હતો, વેર વાળવા ધમપછાડા કરતો હતો. અંતે મેં એક પ્લાન વિચારી કાઢ્યો. એ રોજ સવારે નવ વાગ્યે ગાર્ડનમાં પહેલી ચા પીને, છાપા વાંચે અને પોતાના પી.એ. સાથે વાત કરે. એ મેં જાણી લીધું. દૂરથી ટેલિસ્કૉપિક કૅમેરાથી ફોટા પાડી લીધા.

મારી પાસે ક્યારેક રાજાની દવા લેવા આવતા પંકજને પટાવ્યો કે તને ૫૦ હજાર રૂપિયા આપીશ જો મારું એક કામ કરે તો. એને પોતાના ઝૂંપડાની ફિકર

હતી. ભાડું નહોતું ભર્યું એટલે ગમે ત્યારે બેઘર થવું પડે. ઉપરાંત ચોમાસું માથે હતું એટલે સમારકામનીય જરૂર હતી. હવે મદારી તરીકેની કમાણીય સાવ ઘટી ગઈ હતી. મેં જોયું કે એ રાજાને ખૂબ પ્રેમ કરતો હતો. એટલે રાજાની સગવડને નામે મેં એને ઇમોશનલી મનાવી લીધો. મેં કીધું કે મારા ફ્રેન્ડનો બર્થ-ડે છે એને સરપ્રાઇઝ આપવાની છે. નવ વાગ્યે જૂહુના પોતાના બંગલોના ગાર્ડનમાં એ આવીને બેસે એટલે એના તરફ એક બૉલ ફેંકવાનો. એમાંનો મૅસેજ જોઈને એ આશ્ચર્યચકિત થઈ જશે, વિચારમાં પડી જશે.

આ બધા માટે રાજાને પરફેક્ટ પ્રૅક્ટિસ કરાવી. પણ અમારા કામને અંજામ આપવાના દિવસે જ ગોટાળો થઈ ગયો. એ સ્થળે, એ દિવસે, અને એ સમયે વિનોદને બદલે બર્વે આવી ગયો. તાલીમ મુજબ રાજાએ બૉલ ફેંક્યો અને ધડાકામાં બર્વેના ફુરચેફુરચા ઊડી ગયા.

આ ધડાકાથી રાજા અને પંકજ એકદમ ગભરાઈ ગયા. પોતાના દીકરા જેવા રાજા પાસે મેં હત્યા કરાવી એટલે પંકજ ગુસ્સે થઈને મને મળવા આવ્યો. પંકજે મારી પાસે બાકીના પૈસા માગ્યા પણ મારી પાસે ક્યાં હતા? મેં એને ૨૦૦ રૂપિયા આપીને તગેડી મૂક્યો. સાથે ધમકી આપી કે મોઢું બતાડ્યું તો તારા રાજાનું નામ પોલીસને આપી દઈશ. બંને ફાંસીએ લટકી જશો. એ કદાચ શાંત પડી ગયો.

પરંતુ વિનોદ જીવે, મુખ્ય પ્રધાન બને એ મારાથી જોવાતું નહોતું, સહન થતું નહોતું. મેં ચોર બજારમાંથી સાયલન્સરવાળી રિવૉલ્વર લીધી. સતત એનો પીછો કરવા માંડી. સાંતાક્રુઝના સિગ્નલ પાસે એના પર ગોળી છોડી પણ બિલાડીની જેમ આ બદમાશની નવ જિંદગી હોય એવું લાગે છે. અગાઉ નક્કી કર્યા મુજબ હું લ્યુડો ટોકિઝની ગલીમાં ગઈ. વાહનો બહુ ચોરાઈ જાય છે એવા વિસ્તારમાં મારી બાઈક મૂકી, જે જલદી ગાયબ થઈ ગઈ. પછી મેં હેલમેટ ફગાવી દીધી, લેધર કોટ પ્લાસ્ટિકની થેલીમાં મૂકી દીધો અને સાયનની રિક્ષા પકડી લીધી. પણ વિનોદ બચી ગયો એનો અફસોસ કોરી ખાતો હતો. હું તો એને હૉસ્પિટલમાં જઈનેય પતાવી નાખવા માગતી હતી, ત્યાં તમે મારા સુધી પહોંચી ગયા."

આટલું બોલીને આરતી હાંફવા સાથે રડવા માંડી, "મૂકેશ મને માફ કર. મારા ભાઈ માફ કર મને." પણ રુદન પર જરાય ધ્યાન આપવાને બદલે પોલીસ આરતીને ઊભી કરીને કોટડી તરફ લઈ ગઈ.

*

પ્રેસ કૉન્ફરન્સમાં કમિશનર પીટર ડિકોસ્ટાએ હકીકત જાહેર કરીને ઇન્સ્પેક્ટર

નારાયણનનાં ભારોભાર વખાણ કર્યાં. ત્યાં જ નારાયણનના ફોનમાં એસ.એમ. એસ. આવ્યો: 'વિનોદ ક્વીન માનું હૉસ્પિટલમાં અવસાન.'

*

વિનોદના તેરમાના વિધિ પછી સ્થાનિક સ્વરાજ સંગઠનના નેતાઓ, કાર્યકરો અને વિધાનસભ્યોની બેઠક થઈ. ક્વીન માએ વિનોદના પિતા વિશેની હકીકત છુપાવવા બદલ અને દીકરાએ મૂકેશ સાથે કરેલી છેતરપિંડી બદલ સૌની માફી માગી અને કારણો જણાવ્યાં. તેમણે નેતાપદ માટે ત્રણ યુવા કાર્યકરોનાં નામ સૂચવ્યાં. પણ આ ત્રણેય સહિત સૌએ આગ્રહ કર્યો કે ખુદ ક્વીન મા જ મુખ્ય પ્રધાન બને. નાછૂટકે આ હિંમતવાન મહિલાએ જવાબદારી સ્વીકારી, ને સાથોસાથ એલાન કર્યું, "ડૉ. આરતી અસ્થાના, પંકજ અને રાજાને ઓછામાં ઓછી સજા થાય એ માટે હું અંગત રીતે પ્રયાસ કરીશ. મારા દીકરાની ભૂલ બદલ હું સૌની માફી માગું છું અને એક નવા અધ્યાયના આરંભ માટે સૌ પ્રજાજનોનો સાથ અને આશીર્વાદ ઇચ્છું છું."

ટીવી પર આ જોતાં સમયે રાજાભાઉ બર્વેના દીકરા પ્રિન્સ અને દીકરી રંજિતાનાં આંખમાં આંસુ આવી ગયાં. પ્રિન્સે ગુસ્સામાં હાથની મુઠ્ઠી વાળી તો રંજિતા કોઈ વિચારોમાં ખોવાઈ ગઈ.

*

**રાહુલ શુક્લની ડાયરી**

*મારા દોસ્ત નારાયણન કપૂર સિવાય કોઈ આ કેસ ઉકેલી શક્યું હોત? સહાનુભૂતિનું મોજું એક નીડર મહિલા અને માતાની સાથે હતું, પણ સત્તાની શતરંજ એને ટકવા દેશે? ક્યાં સુધી? એક અધ્યાયનો અંત બીજાની શરૂઆતથી જ હોય છેને?*

* * *

# પ્રફુલ શાહ

મૂળ રાજવી કવિ કલાપીના ગામ લાઠીના વતની. ચાર દાયકાથી મુંબઈના ગુજરાતી પત્રકારત્વ આલમમાં સક્રિય પ્રફુલ શાહ હજારો લેખ અને કેટલીય લોકપ્રિય કૉલમ લખી ચૂક્યા છે. 'જન્મભૂમિ', 'ગુજરાત સમાચાર', 'મિડ-ડે' અને 'સમાતંર પ્રવાહ' જેવા નામાંકિત અખબારોમાં મહત્વપુર્ણ જવાબદારી સફળતાથી નિભાવી છે. હાલ એશિયાનાં લગભગ બે દાયકા જૂના ઐતિહાસિક અખબાર 'મુંબઈ સમાચાર'માં સક્રિય.

સાથોસાથ સિનેમાના ઊંડા અભ્યાસી. આસપાસનાં સાચુકલા માનવીની જીવતીજાગતી પ્રેરણાદાયક વાતોને ઊંડા સંશોધન અને રસપ્રદ શૈલીમાં રજૂઆત એ એમની વિશેષતા છે.

૨૦૧૯ના ઑગસ્ટમાં તેમના નામે અનોખો વિક્રમ નોંધાયો: માત્ર ૧૫ દિવસમાં તેમની સંકલ્પના અને સંશોધનવાળી બબ્બે વેબ મુવી 'બારોટ હાઉસ' અને ''પોષમ પા' Zee પર રિલીઝ થઈ. કોઈ ગુજરાતી કે ભારતીય લેખક કે પત્રકાર આવું સિદ્ધ કરી શક્યા નથી. પાંચ આંતરરાષ્ટ્રીય ફિલ્મ ફેસ્ટિવલ અટેન્ડ કરી ચૂકેલા પ્રફુલભાઈએ 'અજબ ગજબ કસબ' અને 'એક પટરાણી, એક ખટપટરાણી' નામના નાટક લખ્યાં છે.

ટીવી સીરિયલમાં 'સ્વપ્ન કિનારે', (ગુજરાતી-૧૦૦ જેટલા એપિસોડ), જીવનજ્યોતિ (૧૩ એપિસોડ) અને 'રજની' સહિતની કેટલીક સિરિયલમાં લેખન કર્યું છે. છોગામાં 'ધ વ્હાઇટ લૅન્ડ', 'ફાધર્સ ડે' (નવલકથા પર આધારિત) અને 'ગુરખા સૈનિક વિષ્ણુ પ્રસાદ શ્રેષ્ઠ' પર બાયોપિક ફિલ્મમાં એમની કલમની કમાલ છે.

## લેખકના અન્ય પુસ્તકો

૧. 'દ્રશ્યમ-અદ્રશ્યમ' (દૈનિક અખબારમાં ધારાવાહિક પ્રાગટ્ય, પછી પુસ્તક સ્વરૂપે ગુજરાતી અને મરાઠીમાં)
૨. 'ફાદર્સ ડે' (અંગ્રેજી-હિન્દી ભાષામાં)
૩. 'યુદ્ધ કેસરી' (મહારાષ્ટ્ર રાજ્ય ગુજરાતી સાહિત્ય અકાદમી પુરસ્કાર)
૪. 'સરનામા ઝિંદાદિલીનાં' (પ્રેરક વ્યક્તિત્વ)
૫. 'અગ્નિજા' (ડૉક્યુ-નોવલ)
૬. ઇતિહાસ પાછળનો ઇતિહાસ
૭. લાઇફ IM પૉસિબલ
(ડૉક્યુ-નોવલ ગુજરતી, અંગ્રેજી, હિન્દી અને મરાઠી ભાષામાં)
૮. 'દાદલો' (નવલકથા-દૈનિક અખબારમાં ધારાવાહિક પ્રાગટ્ય)
૯. 'બ્રેકિંગ ન્યુઝ' (નવલકથા-ગુજરાતી, અંગ્રેજી અને હિન્દીમાં)
૧૦. 'ગોલ્ડ ફિશ' (નવલકથા-ગુજરાતી, અંગ્રેજી અને હિન્દીમાં)
૧૧. ૧૦૧ સન્સ (ગુજરાતના કથાનક પર અંગ્રેજી નવલકથા)
૧૨. ગ્રેટ રોબરી (રિયલ ક્રાઇમ સ્ટોરી)

**આગામી પુસ્તક**

૧. અનકોમનમૅન (પ્રેરક વ્યક્તિત્વ)
૨. 'અગ્નિજા' (ડૉક્યુ નોવલ-હિન્દી, મરાઠીમાં)
૩. 'દાદલો' (નવલકથા-અંગ્રેજી, મરાઠી અને હિન્દીમાં)

www.ingramcontent.com/pod-product-compliance
Ingram Content Group UK Ltd.
Pitfield, Milton Keynes, MK11 3LW, UK
UKHW041314190726
13845UKWH00025B/271